ஹோமி பாபா
மறுமலர்ச்சி அறிவியலாளரின் வாழ்க்கை

ஹோமி பாபா
மறுமலர்ச்சி அறிவியலாளரின் வாழ்க்கை

பீமன் நாத்

வானியல், விண்வெளி இயற்பியல் துறைகளின் அறிவியலாளர். அஸ்ஸாம் மாநிலத்தில் பிறந்தவர். பள்ளிப்படிப்பை அங்கு முடித்துவிட்டு தில்லிப் பல்கலைக் கழகத்தின் இயற்பியல் துறையில் பட்டப் படிப்பு மேற்கொண்டார். அமெரிக்காவின் மேரிலாண்ட் பல்கலைக் கழகத்தில் வானியல் துறையில் பி.எச்.டி., ஆய்வுப் பட்டம் பெற்றார். தற்போது பெங்களூரில் ராமன் ஆய்வு நிறுவனத்தில் அறிவியலாளராகவும் பேராசிரியராகவும் பணியாற்றுகிறார். பிரபஞ்சத்தில் பரவியுள்ள வாயுக்கள், விண்மீன் மண்டலங்களின் தோற்றம், விண்கதிர்கள் போன்றவற்றில் ஆய்வுகள் மேற்கொண்டுவருகிறார். அறிவியல் உண்மைகளை உலகிற்குத் தெரிவிப்பதில் ஆர்வம்கொண்ட இவர் பல நூல்களை எழுதியுள்ளார். விண் அறிவியல் தொடர்பான ஆய்வுக் கட்டுரைகளையும் வெளியிட்டுள்ளார்; ஆங்கில நாவலும் எழுதியுள்ளார். தற்போது பெங்களூரில் குடும்பத்துடன் வாழ்ந்துவருகிறார்.

த. சற்குணம் ஸ்டீவன் (பி.1946)
மொழிபெயர்ப்பாளர்

மதுரையில் பிறந்தவர். தமிழ்நாடு அரசு கலை – அறிவியல் கல்லூரிகளில் விலங்கியல் பேராசிரியராகப் பணிபுரிந்தவர். சென்னைப் பல்கலைக்கழகப் பேரவை, கல்விக் குழு உறுப்பினராகச் செயல்பட்டவர். தமிழக அரசின் கல்வித் துறையில் பள்ளிக் கல்வியில் உயிரியல் பாடத்திட்டக் குழுவிலும் பாடநூல் குழுக்களிலும் தலைமைப் பொறுப்பில் பணிசெய்தவர். தமிழக அரசின் அறிவியல் கலைச்சொல்லாக்கக் குழுவில் உறுப்பினராகச் செயல்பட்டவர். மொழிபெயர்ப்பாளர், கட்டுரையாசிரியர்.

மின்னஞ்சல்: sargunamstephen@gmail.com

பீமன் நாத்

ஹோமி பாபா
மறுமலர்ச்சி அறிவியலாளரின் வாழ்க்கை

தமிழில்
சற்குணம் ஸ்டீவன்

காலச்சுவடு பதிப்பகம்

● அன்பார்ந்த வாசகருக்கு,

வணக்கம்.

காலச்சுவடு நூலை வாங்கியமைக்கு நன்றி.

நூலின் உள்ளடக்கம், உருவாக்கம், அட்டைப்படம் இன்ன பிற அம்சங்கள் பற்றிய உங்கள் கருத்துகளையும் ஆலோசனைகளையும் காலச்சுவடு வரவேற்கிறது. தகவல், எழுத்து, வாக்கியப் பிழைகள் தென்பட்டால் அவசியம் தெரிவித்து உதவுங்கள். நூல் தயாரிப்பில் கடும் குறைபாடு இருப்பின் மாற்றுப் பிரதி உங்களுக்குக் கிடைக்கக் காலச்சுவடு ஏற்பாடு செய்யும்.

மின்னஞ்சல்: **publisher@kalachuvadu.com**

காலச்சுவடு நாகர்கோவில் அலுவலகத்துக்குக் கடிதம் அனுப்பலாம்.

தங்கள்
எஸ்.ஆர். சுந்தரம் (கண்ணன்)
பதிப்பாளர் – நிர்வாக இயக்குநர்

'Homi J Bhabha: A Renaissance Man among Scientists' by Biman Nath

Originally published in English as 'Homi J Bhabha: A Renaissance Man among Scientists' by Niyogi Books Pvt. Ltd. (2022)

Text © Biman Nath

ஹோமி பாபா: மறுமலர்ச்சி அறிவியலாளரின் வாழ்க்கை ❖ வாழ்க்கை வரலாறு ❖ ஆசிரியர்: பீமன் நாத் ❖ தமிழில்: த. சற்குணம் ஸ்டீவன் ❖ முதல் பதிப்பு: நவம்பர் 2024 ❖ வெளியீடு: காலச்சுவடு பப்ளிகேஷன்ஸ் (பி) லிட்., 669, கே.பி. சாலை, நாகர்கோவில் 629001

காலச்சுவடு பதிப்பக வெளியீடு: 1233

homi bhabha: A Renaissance Man among Scientists ❖ Biography ❖ Author: Biman Nath ❖ Translated by Sargunam Stephen ❖ Language: Tamil ❖ First Edition: November 2024 ❖ Size: Demy 1 x 8 ❖ Paper: 18.6 kg maplitho ❖ Pages: 128

Published by Kalachuvadu Publications Pvt. Ltd., 669, K.P. Road, Nagercoil 629001, India ❖ Phone: 91-4652-278525 ❖ e-mail: publications @kalachuvadu.com ❖ Printed at Adyar Students xerox Pvt. Ltd., No. 275 Habibullah Road, Triplicane high Road, Opp Triplicane Post Office, Triplicane, Chennai 600005

ISBN: 978-81-19034-90-1

11/2024/S.No.1233 kcp 5390, 18.6 (1) rss

என்மீது எப்போதும் நம்பிக்கை வைத்திருக்கும்
என் சகோதரி ஷிகாவுக்கு

பொருளடக்கம்

முன்னுரை	11
தொடக்கம்	17
கல்லூரி நாட்கள்	23
விண்கதிர் ஆய்வுகளினுள் பாபாவின் நுழைவு	31
பெங்களூருவில் ஹோமி பாபா	48
இந்திய அறிவியல் பற்றிய பாபாவின் பார்வை	62
பாபாவும் இந்திய அணு ஆற்றலும்	89
இறுதி ஆண்டுகள்	116
நூல் பட்டியல்	125
நன்றி	127

முன்னுரை

தென்னிந்தியாவில் நீலகிரி மலையின் அழகை ரசித்தபடி பயணிக்கையில் உதகமண்டலம் எனும் ஊட்டி நகருக்கு 10 கிலோமீட்டர் தொலைவில் சிறிது வித்தியாசமான இக்காட்சியைக் காணலாம். பெரிய அளவில் வெண்மை நிறக் காளான்கள் வளர்ந்து சட்டைப் பொத்தான்களை அடுக்கி வைத்தது போன்று ஒரு காட்சி மலைச்சரிவின் புல்வெளியில் தென்படும். அவை ஒவ்வொன்றும் மேல்புறம் வெண்மை நிற உலோகக் கூரைகளுடன் வட்ட வடிவில் அமைந்திருக்கும். சற்று நெருங்கிச் சென்று பார்வையிட்டால் கூரைகளின் கீழ் சில கருவிகள் அமைக்கப்பட்டிருப்பதையும் காணலாம்.

ஆர்வமுற்ற பயணிகள் அங்குள்ளவர்களிடம் விசாரித்தால் அவர்கள் நாம் இதுவரை கேட்டிராத 'மூவான்கள்' (Muons) அல்லது 'காற்றுப் பொழிவு' (Air Showers) எனும் பெயர்களைக் கூறி, விண்வெளியில் தோன்றும் அத்துகள்களின் அளவுகளைக் கணக்கிடும் 'உணரிகள்' இவை என்று தெரிவிப்பார்கள். மேலும் துருவி விசாரித்தால், இவை மும்பாயின் டாடா அடிப்படை ஆய்வு நிறுவன (Tata Institute of Fundamental Research – TIFR) விஞ்ஞானிகளின் பரிசோதனை ஆய்வு மையங்கள் என்றும் கூறுவார்கள். மேலும் விசாரித்தால் அந்த ஆய்வு நிறுவனத்தைத் தோற்றுவித்த ஹோமி பாபா அவர்களின் பெயரினையும் குறிப்பிடுவார்கள்.

விண்வெளியில் தோன்றும் ஆற்றல் மிகுந்த துகள்கள் தொடர்ந்து பூமியைத் தாக்கிக்கொண்டிருக்கின்றன எனும் செய்தி முதன்முறையாக அப்பயணிகளுக்குத் தெரியவரும். இத்துகள்கள் 'விண்வெளிக் கதிர்கள்' என்றழைக்கப்படுகின்றன. இக்கதிர்க் கற்றைகளில் ஒளிக்கதிர்கள் இல்லை. இவை அணுக்களின் உறுப்புத் துகள்களான புரோட்டான்கள், எலக்ட்ரான்கள் (மின்னணுக்கள்), அணு உட்கருக்கள் ஆகியவற்றால் ஆனவை. ஒட்டுமொத்தத்தில் இவை அனைத்தும் அணுத்துகள்கள் எனப்படுகின்றன. இத்துகள்கள் பூமியின் சூழல்வெளியில் காற்று மூலக்கூறுகளுடன் மோதுகின்றன. அதனால் தோன்றும் 'Domino Effect' எனும் 'தொடர் மோதல் நிகழ்வு'களால் மேலும் பல புதிய துகள்கள் தோன்றுகின்றன. இப்புதிய துகள்களில் முந்தைய மோதல்களால் தோன்றிய துகள்களைக் காட்டிலும் குறைந்த அளவிலேயே ஆற்றல் அமைந்திருக்கும். புதிதாகத் தோன்றிய துகள்களில் பல, அடுத்தடுத்த மோதல்களில் மறைந்து விடுகின்றன. இருப்பினும் மூவான்கள் எனும் சிறு துகள்கள் தப்பித்துப் பூமியின் பரப்பில் விழுகின்றன. இத்துகள்களைச் சேகரித்து அளவிடுவதற்காகவே நாம் வழியில் காணும் காளான் வடிவ அரைக்கோள அமைப்புகள் வடிவமைக்கப்பட்டுள்ளன.

பயணிகளாகிய நமக்கு இத்தகைய ஆய்வுகளுக்கான நிறுவனத்தைத் தோற்றுவித்த பாபா காற்றுப் பொழிவுகளை ஆய்வு செய்வதில் உலகின் முன்னோடி எனும் செய்தி புதியது. இந்த வகை ஆராய்ச்சிகள் 1930களில் தொடங்கின. அன்றைய காலகட்டத்தில் 'மூவான்கள்' ஊகத்தின் அடிப்படையிலான துகள்களாகவே கருதப்பட்டன. அன்று அணுவின் உட்கரு பற்றி இயற்பியலாளர்கள் முழுமையான புரிதலின்றி வியப்புடனிருந்தார்கள். விண்கதிர் துகள்களுக்கும் காற்று மூலக்கூறுகளுக்குமிடையில் நடைபெறும் கிரியைகளையும் காற்றுப் பொழிவின் நுண் அமைப்புத் தன்மைகளையும் முதன்முதலாக அறிய முயன்றவர் ஹோமி பாபா. இதற்கென அவர் அன்று ஜெர்மனியின் வால்டர் ஹீட்லருடன் (Walter Heitler) இணைந்து ஆய்வுகளில் ஈடுபட்டிருந்தார். அப்போது அவர் எத்தனை எலக்ட்ரான் எனும் மின்னணுத் துகள்களும் புரோட்டான் துகள்களும் தோற்றுவிக்கப்படும், இத்தோற்றுவித்தல் புவிச்சூழ் மண்டலத்தின் எப்பகுதியில் நிகழும், ஆரம்ப நிலையில் அத்துகள்களுக்கு ஆற்றல் உண்டா எனும் கேள்விகளை எழுப்பித் தனது ஆய்வுகளைத் தொடர்ந்தார். இரண்டாம் நிலைத்துகள்களைக் கண்டறிந்தவுடன் அவற்றின் தோற்றத்திற்குக் காரணமான முதல் நிலைத் துகள்களையும் அவற்றிலுள்ள ஆற்றல் அளவுகளையும் கணக்கிடுவது அவரின்

நோக்கமாக இருந்தது. இதன் அடிப்படையிலேயே ஆய்வு நிலையத்தை அமைக்க முயற்சித்தார். இது ஒருவகையில் வெடித்துச் சிதறிய வெடிகுண்டின் சில்லுகளை ஆய்வுசெய்து அதன் அடிப்படையில் வெடிகுண்டின் ஆற்றலை அறிவது போன்றதாகும். ஆனால் விண்கதிர்களைப் பொறுத்தமட்டில் ஒவ்வொரு மோதல் படிநிலையிலும் உடைபட்ட 'சில்லு'களின் எண்ணிக்கை அதிகரித்துக்கொண்டே செல்கிறது. அந்த வகையில் இது வெடிகுண்டு வெடிப்பிலிருந்து மாறுபட்டது.

ஊட்டிக்குச் செல்லும் சுற்றுலாப் பயணி தொடர்ந்து விண்துகள் உணரி மையங்கள் பரவி அமைந்துள்ள இடத்தில் நடந்து சென்றால் பல உயர்ந்த உலோகக் கோபுரங்களையும் அவை மலையின் பக்கவாட்டில் சாய்வான பரப்பில் கம்பி வலைகளைத் தாங்கிக்கொண்டிருப்பதையும் அவ்வலைகள் கீழ்நோக்கிச் செல்லும் வகையில் பொருத்தப்பட்டிருப்பதையும் காணலாம். மேகங்களின்றிச் சூரிய ஒளி தெளிவாகத் தோன்றும் வேளைகளில் அக்கம்பிகள் மின்னுவதுடன் முழு அமைப்பும் ஓர் உலோக அருவிபோலத் தோற்றமளிப்பதையும் கண்டு ரசிக்கலாம். அங்கு பணியாற்றும் தொழில்நுட்பவியலாளரிடம் அது என்னவென்று விசாரித்துப் பாருங்கள். 'ரேடியோ தொலைநோக்கி' எனத் தெரிவிப்பார்.

இவ்வமைப்பு விண்வெளியில் அதிதூரத்தில் தோன்றும் ரேடியோ சமிக்ஞைகளையும் உணர்ந்து கண்டுபிடிப்பதற்கானது என்று கூறுவார். விண்ணின் சமிக்ஞை ஒலிகளை நாம் ஏன் ஒட்டுக்கேட்க வேண்டும் என எண்ணத் தோன்றும். அந்த ரேடியோ உணரி மிகப்பெரிய அளவில் யானையின் துதிக்கை வடிவில் அமைந்திருப்பது ஏன் என்றெல்லாம் எண்ணமிடலாம். மேலும் இத்தகைய பிரம்மாண்ட அமைப்பை இந்தியாவின் நீலகிரி மலையில் ஏன் அமைக்க வேண்டும் என்றும் கேள்வி எழலாம். ஊட்டியில் ரேடியோ தொலைநோக்கி மையத்தில் பணியாற்றும் விஞ்ஞானிகள் இக்கேள்விகளுக்கெல்லாம் மிகப் பொறுமையாகப் பதிலளிப்பார்கள். அவர்களின் விளக்கத்தில் மீண்டும் பாபாவின் பெயரே தலைதூக்கும். ஏனெனில் இச்சோதனைகளையும் TIFRஇன் விண்வெளி ஆய்வாளர்களே மேற்கொள்கிறார்கள். இதுவே இந்தியாவில் அமைக்கப்பட்ட முதல் பெரிய ரேடியோ தொலைநோக்கி. இதனை அமைத்தவர் தன்னியல்பான சிந்தனைகளையுடைய கோவிந்த் ஸ்வரூப். இவர் பொறியாளர், விண்வெளியியலாளர். இவர் TIFRஇல் பணியில் சேர்ந்த நாள் முதல் 'ரேடியோ விண்வெளியியல்' ஆய்வுகளில் இந்தியா மிகச்சிறந்த நாடாக விளங்க வேண்டும்

என அவரை ஹோமி பாபா ஊக்குவித்தார். அவர்களின் கனவு நனவானதை இணையத்திலுள்ள பதிவுகளில் காணலாம். 'ரேடியோ விண்வெளி' ஆய்வுப் பணிகள் ஊட்டிக்கு அருகிலுள்ள மலைப்பகுதிகளிலேயே தொடங்கின.

மூவான்களைக் கணக்கிடும் உணரிகளுக்கும் ரேடியோ சமிக்ஞைகளைப் பெறும் உணரிகளுக்குமிடையே தொடர்பு உண்டு. பெரும்பாலும் விண்வெளியில் சூப்பர் நோவா (விண்மீன் பெருவெடிப்புப் பேரொளி) எனும் பிரம்மாண்ட நட்சத்திர வெடிப்புகளாலேயே ரேடியோ சமிக்ஞைகள் தோன்றுகின்றன. இத்தகைய சூப்பர் நோவாவின் உடைந்த சிதிலங்கள் அதிவேகத்தில் (ஒரு செகண்டிற்குப் பல்லாயிரக்கணக்கான கிலோமீட்டர் தூரம்) பரவக்கூடியவை. அத்துகள்கள் சுற்றியுள்ள வாயுக்களை அதிர்ச்சியுறச் செய்கின்றன. இதனால் வாயுத்துகள்கள் அதிக ஆற்றல் பெற்று விண்கதிர்த் துகள்களாகின்றன. இவற்றில் சில பூமியின்மீது விண்துகள்களாகப் பொழிந்துவிடுகின்றன; இதனையே மலைகளின் அடுத்த பக்கத்திலுள்ள உணரிகளால் அறியும் காற்றுப் பொழிவுகள் என்கிறோம்.

மேலே குறிப்பிட்டுள்ள காற்றுப் பொழிவுகள், புவியின் சூழல் மண்டலத்தினுள் விசையுடன் நுழையும் மூவான்கள், ரேடியோ சிக்னல் பதிவுகள், விண்வெளி ஆய்வாளர்களின் செயல்பாடுகள் போன்ற செய்திகள் நீலகிரி மலையில் விஞ்ஞானிகள் என்ன செய்துகொண்டிருக்கிறார்கள் என்பது பற்றிய கண்ணோட்டத்தைத் தந்திருக்கும். அதன்மூலம் அவ்விஞ்ஞானிகளின் முற்போக்கான அறிவியல் சிந்தனைகளை ஓரளவு உணர்ந்திருக்கலாம். இந்திய அறிவியல் வரலாற்றில் ஹோமி ஜஹாங்கிர் பாபாவின் பங்களிப்பைத் தெரிவித்தே ஆக வேண்டும். அவர் அறிவியல் நிறுவனங்களை மாத்திரமே கட்டமைக்கவில்லை. அவற்றில் நிகழும் ஆய்வுகளுடனும் தொடர்புகொண்டவராகவே விளங்கினார். பல ஆய்வுகளுக்கும் அவரே முன்னோடி.

உதாரணத்திற்கு மூவானை எடுத்துக்கொள்வோம். மூவானைப் போன்ற பியான்கள் (Pions) எனும் பெரும் மின்துகள்கள் கண்டுபிடிக்கப்பட்டபோது மூவான்களுக்கும் பொருந்தக்கூடிய சுவையான செய்தி ஒன்றைத் தெரிவித்தார். அதாவது சில அணுக்களின் உட்கருக்கள் கதிரியக்கங்களால் எவ்விதம் பிற உட்கருக்களாக மாறுபடுகின்றனவோ அதேபோன்று தோன்றியபின் குறிப்பிட்ட கால அளவிற்குள் (2 மைக்ரோ செகண்டுகளில்) மூவான், பியான் துகள்களும் சிதைந்து பிற

துகள்களாக மாறுதல் பெறும் என்றார். ஒருவேளை தரையி லிருந்து 10 கிலோமீட்டர் உயரத்தில் காற்றுப் பொழிவானது எண்ணற்ற மூவான்களைத் தோற்றுவித்தால் அவை நுண்ணிய ஒளித்துகள்களாக ஒளியின் வேகத்தில் பயணிக்கலாம். அதில் எத்தனை மூவான்கள் சிதைவுறும் முன்பாகவே தரைப்பகுதியை வந்தடையும் என்பது கேள்விக்குரியது. நேரடியாக இதனைக் கணக்கிட்டால் அந்த உயரத்திலிருந்து ஒளியின் 99 சதவிகித வேகத்தில் பயணிக்கையில் 3 மில்லியன் மூவான்களில் ஒன்று மட்டுமே தரையைத் தொடும் வாய்ப்பினைப் பெறும்.

இக்கணக்கீடு தொடர்பாக 1937இல் பாபா ஆய்வுக் கட்டுரை ஒன்றினை எழுதினார். அதில் புவிச்சூழலில் எவ்விதக் காரணமுமின்றி சார்பியல் கோட்பாட்டிற்கு மாறாகவே பியான்கள் பயணிக்கும் என்றார். ஐன்ஸ்டீனின் சார்புக் கோட்பாட்டின்படி ஒளியின் வேகத்திற்கு இணையாகப் பயணித்தால் நேரம் குறைவானதாகவே அமைந்துவிடும். அப்படியெனில் மூவான் களின் தொகுப்பில் அவை 'சிதைவுறும் காலம்' மெதுவாகவே அமையும். ஏற்கெனவே குறிப்பிட்ட கணக்கீட்டுடன் ஒப்பிட்டால் 10 கிலோ மீட்டர் உயரத்திலிருந்து தரைநோக்கிப் பயணிக்கும் 3 மில்லியன் மூவான்களில் ஏறக்குறைய 150,000 மூவான்கள் சிதைவுறாமல் தரையைத் தொட்டுவிடலாம். இவ்விரண்டு கணக்கீடுகளுக்கும் உள்ள வேறுபாடு தெளிவாகத் தெரிகிறது. 'சார்புக் கோட்பாடு' பயன்பாட்டில் எத்தகைய தன்மையது என்பதை விவரிக்க இவ்வுதாரணங்கள் பாடப்புத்தகப் பயன்பாட்டு உதாரணங்களாகவே உள்ளன. தரைத்தள நிகழ்வுகளுக்கு ஒவ்வாத இத்தகைய எளிய கோட்பாடானது ஆச்சரியப்படுத்தும் வகையில் உண்டாக்கக்கூடிய விளைவுகளை எவ்விதம் ஏற்படுத்தும் என்பதை பாபா ஆய்வுசெய்தார். 1937இல் பாபா கண்டுணர்ந்த ஊகங்களுக்குச் சான்றளிக்கும் வகையிலேயே இன்றளவும் ஊட்டி மலைகளில் அமைக்கப்பட்ட மூவான் உணரி நிலையங்கள் அமைந்துள்ளன.

சிறுவயது முதலே பாபாவிற்கு அடிப்படை இயற்பியலில் ஆர்வம் மிகுந்த ஈடுபாடு இருந்தது. அதிலும் குறிப்பாகச் சார்புக் கோட்பாட்டினையும் கால நேரத்துடனான அதன் தொடர்பினைக் கற்றலிலும் அவர் அதிக விருப்பம் கொண்டிருந்தார். 16 வயதிலேயே சார்புக் கோட்பாட்டினைக் கற்றறிந்திருந்தார். பம்பாயில் வசதியான ஒரு குடும்பத்தில் வளர்ந்ததும் இந்தியாவின் முன்னணிக் கல்வி நிறுவனங்களில் கல்வி பயின்றதும் அவருக்குத் துணை செய்தன. மேலும் மேலை நாட்டுக் கல்வி அவரைப் பின்னாட்களில் ஆய்வுகளுக்கெனத் துணிகர முயற்சிகளை

மேற்கொள்ளுகின்ற வகையில் தயார்ப்படுத்தியிருந்தது. இயற்பியலின் புதிய பிரிவுகளில் ஆய்வுகள் மேற்கொள்ளும் இடங்களில் பயின்றதும் அவருக்கு அனுகூலமாக அமைந்தன. இந்தியா சுதந்திரமடையும் வேளையில் வெற்றிகரமான 'அணு உட்கரு' இயற்பியலாளராக பாபா தன்னை நிலைநிறுத்திக் கொண்டிருந்தார். உலக அரசியலில் அணுசக்தி முக்கிய ஆளுமைச் சக்தியாக உருவாகிக்கொண்டிருந்த வேளை அது, எனவே அவர் விரைவில் இந்திய அளவிலும் உலக அளவிலும் அணுசக்தி உற்பத்தித்துறையில் பங்காற்றுவதற்கு உந்துதல் பெற்றார்.

குடும்பம், குடும்ப உறவுகள், நட்புகள், தொடர்புகள் போன்றவற்றால் கிடைத்த அனுகூலங்களும் அன்று உலகில் நிலவிய அமளிகள் மிகுந்த அரசியல் சூழலும் இளமைக்காலத்தில் அவரை உருவாக்குவதில் பங்களித்தன. அவரது குடும்பப் பின்னணியையும் வரலாற்றையும் தெரிந்துகொள்வதன் வழியே ஹோமி பாபாவின் வாழ்வில் அவை எவ்வகையான தாக்கங்களை உண்டாக்கின என்பதை உணரலாம்.

தொடக்கம்

20ஆம் நூற்றாண்டின் தொடக்கத்தில் ஹோமி ஜெஹாங்கிர் பாபா, பார்ஸிக் குடும்பத்தில் பிறந்தார். பம்பாயில் பார்ஸி குடும்பங்களுக்கே உரித்தான பண்பட்ட வாழ்க்கைச் சூழலில் அவரது குழந்தைப் பருவ வளர்ச்சி அமைந்திருந்தது. அத்தகைய வளர்ப்பு பிற்காலத்தில் ஹோமி பாபா விஞ்ஞானியாகவும் கலைஞராகவும் பரிணமிக்கக் காரணமானது.

இந்தியாவின் பார்ஸி இனத்தினர் மேற்கத்திய நாகரிகம் உடையவர்கள். ஆங்கிலேய மக்களுடன் நெருக்கமான தொடர்புகொண்டிருந்த முதல் இந்திய இனத்தவர்களும் அவர்களே. அதற்குப் பல காரணங்கள் உண்டு. பிற இனத்தவர்களைக் காட்டிலும் இவர்கள் ஆங்கிலேயருக்கு ஏற்புடையவர் களாகத் தோன்றினர் என்பது ஒரு காரணம். மேலும் பார்ஸிகளுக்கு நாட்டை ஆண்டவர்கள், ஆளப்பட்டவர்கள் போன்ற வரலாற்றுப் பின்னணிகள் இருந்ததில்லை. இக்காரணங்களாலேயே இவர்கள் எளிதில் ஆங்கிலேயருக்குத் தரகர்களாகவும் இடையீட்டாளர்களாகவும் செயல்பட முடிந்தது. பிற இனத்தவர்களைக் காட்டிலும் இவர்கள் பங்குச் சந்தைகளின் செயல்பாடுகளை விரைவில் கற்றுக்கொண்டனர். இவர்கள் வணிகத்தில் சீனாவுடனான பங்குதாரர்களாகவும் ஆற்றலுள்ள முதலீட்டாளர்களாகவும் அமைந்துவிட்டனர். பம்பாயில் தங்களது பொருளாதார நடவடிக்கை களால் வளர்ச்சி பெறுகையில் தொழிற்சாலைகளைத்

தோற்றுவிக்கும் முதல் இனத்தவர்களாக விளங்கினார்கள். 1835ஆம் ஆண்டு பம்பாயில் சேமிப்பு வங்கிகள் தொடங்கப்பட்ட போது இவர்கள் வங்கித் தொழிலில் முன்னணியினராகவே விளங்கினார்கள். நவீன கல்வி முறைகள் இந்தியாவில் தோன்றுகையில் இவர்கள் முதல் பயனாளிகளாக இருந்தனர். அன்று மேலை நாட்டினரின் நாகரிகத்தை உள்வாங்கிக் கொண்டு ஆசியர்களான இவர்களை சமூக அறிவியலில் ஜப்பானியர்களோடு ஒப்பிடுவதுண்டு.

ஹோமி பாபாவின் தாத்தா ஹோர்முஸ்ஜி பாபா இங்கிலாந்தில் கல்வி பயின்றவர். மன்னராட்சிக் காலத்தில் மைசூர் சமஸ்தானத்தில் பொதுக்கல்வி ஆய்வாளராக அவர் பணியாற்றினார். ஆங்கிலேய அரசு இவருக்கு இந்திய ஆட்சிக்கான 'மரியாதைக்குரிய தோழர்' Companion of the order of the Indian Empire – CIF எனும் பொருளில் கௌரவப் பட்டத்தை வழங்கியது. அவரது மகன் ஹோர்முஸ்ஜி ஜஹாங்கிர் பாபா பெங்களூரில் வளர்ந்து ஆக்ஸ்ஃபோர்டில் கல்வி பயின்றவர். பிறகு வழக்கறிஞராகப் பயிற்சி பெற்று மைசூருக்குத் திரும்பிய அவர் நீதித்துறையில் பணியாற்றினார். இவர் ரத்தன்பாய், ஃபிரம்ஜி டோராப்ஜி ஆகியோரின் மகள் மெஹர்பாய் பாண்டேவைத் திருமணம் செய்துகொண்டார். மெஹர்பாயின் தாத்தா சர் தின்ஷா பெட்டிட். அவரின் தந்தை பம்பாயில் முதன்முதலில் பல துறைகள் கொண்ட ஆலை ஒன்றினை நிறுவினார். மெஹர்பாயின் சகோதரி டாடா தொழிற்குழுமத்தை உருவாக்கிய ஜாம்ஷெட் டாடாவின் மகனாகிய சர் டோரப் டாடாவை மணமுடித்தார்'.

மணமக்கள் திருமணத்திற்குப் பின் பம்பாய் சென்று வாழ்ந்தார்கள். அங்கு அவர் டாடா குழுமத்தினரின் தொழில்களுக்கான சட்ட ஆலோசகராக விளங்கினார். பல டாடா கம்பெனிகளின் இயக்குநர் குழுக்களிலும் உறுப்பினராக விளங்கினார்.

அவர்களின் முதல் மகனாக ஹோமி பாபா 1909ஆம் ஆண்டு அக்டோபர் 30ஆம் நாள் பிறந்தார். குழந்தைப் பருவத்தி லேயே அவர் சற்று வித்தியாசமான பழக்கவழக்கங்களைக் கொண்டிருந்தார். குழந்தைப் பருவத்தில் பாபா சரியாக உறங்குவதில்லை. இதனால் அவரது பெற்றோர்கள் கவலை யடைந்தார்கள். அவர்கள் மேலை நாட்டிற்குச் சுற்றுலா சென்றிருந்த வேளையில் பாரிஸ் நகரத்தில் ஒரு சிறந்த குழந்தை மருத்துவரைப் பற்றி கேள்விப்பட்டு அவரை சந்திக்க அனுமதி பெற்றனர். குழந்தையின் வித்தியாசமான நிலையைக் கேள்விப்

பட்ட அச்சிறப்பு மருத்துவர் தனது பிற பணிகள் அனைத்தையும் நிறுத்திவைத்துவிட்டு பாபாவைக் காண்பதற்கு ஆர்வம் கொண்டார். குழந்தையைச் சோதனை செய்துவிட்டுப் பின் பெற்றோரிடம், பயப்படுவதற்கு ஒன்றுமில்லை என்றும் குழந்தையின் மூளை அதீத இயக்கச் செயல்பாடு கொண்டுள்ள தால் உறங்குதலில் தடை ஏற்படுகிறது என்றும் கூறினார். மூளையின் இயக்க வேகத்திற்கு துணை செய்யும் சூழலை வீட்டில் அமைத்துக்கொண்டால் குழந்தை சிறந்த மேதையாக வளர்ச்சியுறும் என்றும் தெரிவித்தார்.

குழந்தைக்கு இசை கேட்பதில் ஆர்வம் உள்ளதை அறிந்த பெற்றோர் சிறுவன் அழும் வேளைகளில் அமைதிப்படுத்தும் வகையில் கிராமஃபோன் இசைத்தட்டின் மூலம் இசைக் கேட்கும்படி செய்தனர். பால்ய காலம் முழுவதும் பாபா இசையின்மீது ஆர்வம் கொண்டவராகவே விளங்கினார். தனது தம்பியுடனும் தீன்ஷா எனும் ஒன்றுவிட்ட சகோதரனுடனும் நெருக்கமாகப் பழகிய பாபா அவர்களுடன் நீண்டநேரம் இசை கேட்பதுண்டு. கிராமஃபோனில் மேலைநாட்டுப் பாரம்பரிய இசையை விடாமல் திரும்பத்திரும்ப கேட்கும் வழக்கம் அவர்களுக்கு இருந்தது. எட்டு வயது அடைவதற்குள் புகழ்பெற்ற மோசார்ட், பீத்தோவன் போன்றோரின் சிம்ஃபனி கான்செர்ட்டோ எனும் இசைக்கருவிகளின் கூட்டிசையைப் பலமுறை கேட்டு மனப்பாடம் செய்துவிட்டார். வயலின் வாசிப்பதிலும் தேர்ச்சி பெற்றுவிட்டார்.

பதின்மப் பருவத்தில் பாபா விளையாட்டுப் போட்டிகளில் அதிகம் ஈடுபாடு கொண்டதில்லை. பெரும்பாலும் புத்தகங்கள் வாசிப்பதிலும் ‘மெக்கானோ செட்’ வைத்து கார், கிரேன், சக்கரங்கள், கியர்கள் போன்றவற்றை வடிவமைப்பதிலும் ஆர்வம் காட்டினார். சவால்களை மேற்கொள்ளும் இயல்பு அவருக்கு இயற்கையாகவே இருந்தது.

சிறுவயதிலேயே புத்தகங்கள் வாசிப்பதில் பாபா ஆர்வம் கொண்டிருந்தார். இவரது பழைய புகைப்படங்களில் இதை நன்கு காணலாம். ஒரு படத்தில் விடலைச் சிறுவனான பாபா, கனத்த சோஃபா ஒன்றில் சூட், டை அணிந்த நிலையில் சாய்ந்து அமர்ந்துகொண்டு தனது மடியில் எல் கிரிகோ *(El Greco)*[1] பற்றிய *‘A Gentleman of the old school’* எனும் நூலை வைத்திருப்பதைக் காணலாம்.

1. எல் கிரிகோவின் முழுப்பெயர் *Domenikos Theotokopoulos El Greco*, இவர் கிரேக்க நாட்டின் ஓவிய, சிற்பக் கலைஞர் ஸ்பெயின் நாட்டின் மறுமலர்ச்சிக்குக் காரணமாய் இருந்தவர்.

பாபா தனது உறவினர்களில் ஒருவராகிய ரஸ்டமுடன் சேர்ந்து குடை ஒன்றினை பாரசூட் போன்று விரித்துக்கொண்டு மேலிருந்து குதிக்க முயன்றதாக ஒரு சம்பவம் கூறப்படுவதுண்டு. தனது 6, 7 வயதுகளில் முதலாம் உலகப் போரில் பாரசூட் பயன்பாடு பற்றி அவர் அறிந்திருந்தார். முதல் மாடியிலிருந்து பாபா கீழே குதிக்கவிருந்த சமயத்தில் அவருடைய உறவினராகிய தீன்ஷா கடைசி நிமிடத்தில் அவரைத் தடுத்து நிறுத்திக் காப்பாற்றியதாகக் கூறப்படுகிறது.

ஹோமி பாபா கத்தீட்ரல் ஆங்கிலப் பள்ளியில் கல்வி கற்றார். பிற பாடங்களுடன் லத்தீன், ஃபிரெஞ்சு மொழிகளையும் கற்றறிந்தார். அறிவியல் பாடங்களோடு ஷெல்லி போன்றோரின் கவிதைகளில் மிகுந்த ஆர்வம் காட்டினார். படங்கள் வரைந்து வண்ணம் தீட்டும் கலையை வரைபடக் கலைஞர் ஜெஹாங்கிர் லால்காக்காவிடம் கற்றுக்கொண்டார். வரைபடக் கலையின் மீதும் இந்திய வண்ணப்படங்களின் மீதும் இவர் கொண்டிருந்த ஆர்வத்தின் பிரதிபலிப்பாகவே பிற்காலத்தில் *TIFR* கட்டிடங்களின் தாழ்வாரங்களிலும் வரவேற்பு அரங்கங்களிலும் அலங்காரமாக உள்ள படங்கள் அமைந்துள்ளன. பல அறிவியல் மேதைகளை அவர் படங்களாக வடித்துள்ளார். சில விரிவுரைகளில் அமர்ந்திருக்கும் வேளையிலும் அவர் படங்களை வரைந்து கொண்டிருப்பதுண்டு.

பல தலைவர்கள் பார்ஸி தொழில் துறையினரைக் காணத் தங்களது வீட்டிற்கு வருகைபுரிவதை இளைஞரான ஹோமி பாபா நேரடியாகப் பார்த்திருக்கிறார். அவ்வேளையில் மகாத்மா காந்தி ஆங்கிலேய அரசினை எதிர்த்து ஒத்துழையாமை இயக்கத்தினைத் தொடங்கியிருந்தார். காந்தி உட்பட பல தேசியத் தலைவர்கள் இந்தியாவின் எதிர்காலம் பற்றி டாடாக்களிடமும் பிற தொழிலதிபர்களிடமும் விவாதிப்பதுண்டு. ஹோமியின் தந்தையும் டாடாக்களும் தேசியவாதிகள். சுதந்திரம் பெற்ற பிறகு பொருளாதாரம், தொழில் துறைகளைக் கட்டிக்காப்பதற்குத் தொழிலதிபர்களின் ஆதரவு வேண்டும் என அரசியல் தலைவர்கள் கருதினார்கள். இளம் வயதிலேயே ஹோமி பாபா தேசியச் செயல்பாடுகளில் ஆர்வம்கொள்ளும் சூழல் அமைந்திருந்தது. இத்தகைய அனுபவங்களால் சுதந்திர இந்தியாவில் அறிவியல் சூழ்நிலைகளைப் பலவகைகளில் தோற்றுவிக்கும் முன்னோக்குச் செயல்பாட்டு எண்ணங்கள் அவருக்கு அன்றே மனதில் தோன்றவும் தொடங்கின.

15 வயதில் சீனியர் கேம்பிரிட்ஜ் தேர்வில் தேர்ச்சியுற்றார். அப்போதுதான் அவர் ஐன்ஸ்டீனின் சார்புக் கோட்பாட்டினை

வாசிக்கத் தொடங்கியிருந்தார். விண்வெளியும் காலமும் தொடர்புடையன எனும் கருத்தும் அவை தனித்துவமானவை அல்ல என்பதும் அவரது சிந்தையில் நிலைத்த பதிவுகளாயின. மெதுவாக அவர் இயற்பியல் உலகினுள் நுழையத் தொடங்கினார். புகழ்பெற்ற இயற்பியலாளர் ஒருவர் பம்பாய்க்கு வருகை புரிந்தது பாபாவின் இயற்பியல் ஆர்வத்தை ஊக்குவிப்பதாக அமைந்துவிட்டது.

1926ஆம் ஆண்டு, ஹோமி பாபா எல்ஃபின்ஸ்டன் கல்லூரியில் சேர்ந்திருந்தார். அதேவேளையில் பம்பாயின் ராயல் அறிவியல் நிறுவனத்தில் (Royal Institute of Science - RIS) இணைந்தார். அங்கு ஆர்தர் ஹோல்லி காம்ப்டன் பொதுவான ஒரு விரிவுரை நிகழ்த்த வருகை புரிந்திருந்தார். X–கதிர்களின் சிறப்பாகக் குறிப்பிடத்தக்க தன்மைகளைப் பற்றிய தனது கண்டுபிடிப்புகளை அவர் விவரித்தார். X–கதிர்கள் சாதாரண ஒளிக்கதிர்கள் போன்ற இயல்பு கொண்டிருப்பினும் நாம் காணும் ஒளியின் கதிர்களைக் காட்டிலும் அவை ஆற்றல் மிகுந்தவை. ஒளியானது (X–கதிர்களும்) அலைவுகளாகப் பரவும் இயல்பு கொண்டது எனும் கருத்து முந்தைய நூற்றாண்டில் உண்டு. புதிய தீவிர இயற்பியல் ஆய்வுகளால் ஒளிக்கதிரானது துகள்களைப் போன்ற இயல்புகளையும் கொண்டவை எனும் கருத்து தோன்றியது. ஒரு கதிரியக்கப் பொருளிலிருந்து X–கதிர்களைப் பரவச் செய்தால் அவை பரவல் வேளையில் ஆற்றலை இழந்துவிடும் என்று தனது ஆய்வுகளால் காண்பித்தார். பிற பொருட்களின் துகள்களுடன் மோதுகையில் பில்லியர்டு பந்துகளைப் போன்று X–கதிர்கள் ஆற்றலை இழக்க நேரிடும் என்றார் காம்ப்டன். பம்பாய் வந்திருந்து திரும்பிச் சென்ற ஓராண்டிற்குப் பிறகு காம்ப்டன் இயற்பியல் கண்டுபிடிப்புகளுக்கான நோபல் பரிசைப்பெற்றார்.

இமயமலையில் விண்வெளிக் கதிர்களை அளவிடுதலே ஆர்தர் காம்ப்டன் இந்தியாவிற்கு வருகை புரிந்ததன் நோக்கம். இதேபோன்று பிற்காலத்தில் ஆய்வு மையங்களை ஹோமி பாபா இந்தியாவில் நிறுவுவார் என்பது எதிர்பார்த்ததுதான். இதற்கான தொடக்கக் காரணியாக 1926இல் காம்ப்டன் நிகழ்த்திய பொது அரங்க உரையே இருந்திருக்க வேண்டும்.

எதிர்பாராத துணைவினையாக காம்ப்டனின் இந்திய வருகை மற்றொரு இயற்பியல் விஞ்ஞானியாகிய சி.வி ராமனிடமும் தாக்கத்தை ஏற்படுத்தியது. அப்போது அவர் கல்கத்தா பல்கலைக் கழகத்தில் பேராசிரியராக இருந்தார். காம்ப்டன் கல்கத்தா வந்திருந்தபோது அவர் காஷ்மீரில் ஒரு மின்னோக்கியை

(Electroscope) அமைப்பதற்கென மலைப்பயணம் செல்ல வேண்டியிருந்தது. அதற்கு ராமனும் அவருடைய இயந்திரப் பராமரிப்பு வினைஞரும் உதவினார்கள். (அந்த மின்னோக்கியை வடிவமைக்க அவர்கள் ஹூக்கா புகைக்கும் கோப்பையைப் பயன்படுத்தியதாக ஒரு செய்தி உண்டு). காம்ப்டனின் முக்கியக் கண்டுபிடிப்பு, ஒளியின் ஆற்றல் (X–கதிர்) பரவலின்போது இடையில் அமையும் பொருட்களுடனான கிரியைகளால் மாறுபடும் என்பதாகும். இக்கருத்தின் தாக்கம் ராமனிடமிருந்தது. எனவேதான் அவர் பின்னாட்களில் ஒளிப்பரவல் தொடர்பாக ஆய்வு செய்கையில் 'சாதாரண ஒளியும் பரவலின் பாதையில் பிற மூலக்கூறுகளுடன் இயங்கும் வேளையில் தனது ஆற்றல் திறனில் மாறுதல் பெறலாம்' எனும் வியப்பூட்டும் கண்டு பிடிப்பை நிகழ்த்தினார். காம்ப்டன் வந்து சென்ற இரண்டு ஆண்டுகளில் அதாவது 1928ஆம் ஆண்டில் இராமன் நிகழ்த்திய இக்கண்டுப்பிடிப்பு 'இராமன் விளைவு' என அழைக்கப்பட்டது. 1930ஆம் ஆண்டில் இராமன் இயற்பியலுக்கான நோபல் பரிசைப் பெற்றார்.

கல்லூரி நாட்கள்

அன்று ஹோமி பாபாவிற்கு வயது 18. காம்ப்டன் இந்தியாவிற்கு வந்து சென்று ஒரு வருடம் ஆகிவிட்டது. பாபாவின் பெற்றோர் அவரை உயர் கல்விக்கென கேம்பிரிட்ஜ் பல்கலைக்கழகத் திற்கு அனுப்பலாம் என முடிவு செய்தனர். அவர் கேம்பிரிட்ஜின் கான்வில் அண்டு கேயஸ் கல்லூரி யில் சேர்ந்தார். டோரப் டாடாவும் அக்கல்லூரியில் தான் பயின்றிருந்தார். அவர் அக்கல்லூரிக்கென அதிக அளவில் நிதியும் அளித்திருக்கிறார்.

கேம்பிரிட்ஜில் இளம் வயது ஹோமியின் அறிவுவெளி சட்டென்று விரிவடைந்தது. முன்னெப்போதும் இல்லாத வகையில் கலையிலும் இசைத்துறையிலும் அவரது ஆர்வம் மேலும் மேம்பட வழிகிடைத்தது. கல்லூரியின் 'Caian' எனும் இதழுக்கான அட்டைப்படத்தை அவரே வடிவமைத்துத் தந்தார். கேம்பிரிட்ஜின் இசை மன்றம் நடத்தவிருந்த மோஸார்ட்டின் 'இடோமீனியோ' *(Idomenen)* எனும் கூட்டிசை நிகழ்ச்சிக்கும் மாணவர் களின் படைப்பான 'டி லா பர்கா' *(de la Barca)* எனும் நாடகத்திற்கும் தேவையான மேடை அமைப்பினை பாபாவே வடிவமைத்திருந்தார். ஒரு முறை குறுநாடகம் ஒன்றுக்குப் பின்வருமாறு வசனம் எழுதியிருந்தார்.

Shakspeare Orders Lunch

ஷேக்ஸ்பியர் : What ho, without!

பணியாள் : My lord

ஷேக்ஸ்பியர் : Full twice or thrice

Have I, with lusty and barbated speech

Sought to affront the portals of thine ers.

பணியாள் : Pardon. Sweet lord

ஷேக்ஸ்பியர் : 'Tis granted. Look you now,

The time approaches when my corporal frame.

For lack of food grows incorroborate;

Fetch me my specs, that I may make perusal.

Of whatso'er ot viandry is set

For our engorgement

(- 'A Gentleman of the Old School')

படகுப் போட்டிகளில் படகின் நடத்துநராகச் செயல் புரிவதிலும் பாபா ஆர்வம் காட்டினார். படகுப் போட்டிகளில் நடத்துநர் துடுப்பு வலிப்பவர்களின் முன்னால் அவர்களைக் காணும் வகையில் அமர்ந்துகொண்டு படகு நேரான நீர்வழிப் பாதையில் விரைவாகச் செல்லும் வகையில் வழிப்படுத்த வேண்டும். படகு வலிப்பவர்களை ஊக்கப்படுத்திப் போட்டியில் வெற்றிபெறச் செய்தல் வேண்டும்.

டாடா குழுமத் தொழிற்சாலைகளில் பணியாற்றுகின்ற வகையில் பொறியியல் துறையில் ஹோமி பாபா பயிற்சி பெற வேண்டும் என அவரது பெற்றோர்கள் கருதினர். கல்லூரித் தேர்வுகளில் ஹோமியின் மதிப்பெண்கள் திருப்தி அளிப்பனவாக இல்லை. இரண்டாவது பகுதித் தேர்வுகளில் முதல் வகுப்பில் தேர்ச்சி அடையவில்லையெனில் ஹோமி மீண்டும் இந்தியா விற்குத் திரும்ப வேண்டியிருக்கும் என அவரது தந்தை தெரிவித்துவிட்டார். ஹோமி பொறியியல் படிப்பில் சேர்ந்திருந் தாலும் அவரது ஆர்வம் முழுவதும் இயற்பியலிலேயே இருந்தது. அவர் தனது தந்தையுடன் ஓர் ஒப்பந்தம் ஏற்படுத்திக்கொள்ள முயற்சித்தார். தன்னைக் கணிதவியல் படிப்பினைத் தொடர

பிமன் நாத்

அனுமதித்தால் பின் பொறியியலில் நன்கு படிப்பேன் எனப் பேரம் பேசினார்.

கேம்பிரிட்ஜிலிருந்து பாபா தனது தந்தைக்கு எழுதிய கடிதத்தில் வருங்காலத்தில் ஒரு விஞ்ஞானியாக வேண்டும் என்ற தீர்மானமான முன்னோக்குப் பார்வை கொண்டிருந்தது தெளிவாகவே தெரிகிறது. 1928இல் அவர் எழுதிய கடிதத்தில்,

"பிற்காலத்தில் தொழில் முனைவராகுதலோ அல்லது பொறியாளராகப் பணிபுரிதலோ எனக்கான வாழ்வு இல்லை என்பதை மிகவும் அழுத்தமாகவே தெரிவித்துக் கொள்கிறேன். அப்பணிகள் எனது இயல்புக்கு முற்றிலும் புறம்பானவை. எனது கருத்துகளுக்கும் மனப்பாங்கிற்கும் மாறுபாடானவை. இயற்பியலே எனது துறை. இதில் நான் பல சிறந்த செயல்களை நிகழ்த்திக்காட்டுவேன். ஒருவர் தனக்கு எதில் மிக அழுத்தமான ஈடுபாட்டுணர்வு கொண்டுள்ளாரோ அல்லது சாதனைபுரியும் எண்ணம் கொண்டிருக்கிறாரோ அதில் அவர் நிச்சயம் நன்கு சிறப்படைவார். எனது வெற்றி ஒரு A அல்லது B என்னைப் பற்றிக்கொண்டிருக்கும் அபிப்பிராயம் சார்ந்ததல்ல. எனது பணியை நான் எவ்விதம் மேற்கொள்வேன் என்பதே எனது வெற்றி. இந்தியா அறிவியல் முயற்சிகளை மேற்கொள்ள வாய்ப்புகள் உள்ள நாடு. நான் இங்கு இயற்பியல் ஆய்வுகளில் ஈடுபட அதிதீவிர ஆர்வம் கொண்டுள்ளேன். நான் நிச்சயம் அதைச் செய்வேன். இதுவே எனது ஒரே ஆர்வம். மற்றபடி நான் வெற்றிப் பாதையில் செல்லவோ, ஓர் பெரிய தொழில் நிறுவனத்தின் தலைவனாக விளங்கவோ விரும்ப வில்லை. அந்நிலைகளை விரும்பக்கூடிய புத்திசாலிகள் பலர் உள்ளனர். அவர்கள் அதனைச் செய்யட்டும். 'நீ சாக்ரடீஸோ, ஐன்ஸ்டீனோ இல்லை' என்று நீங்கள் என்னைக் கூறியிருக்கிறீர்கள். இப்படித்தான் பெர்லியோஸின் (Berlioz) தந்தை பெர்லியோஸிடம் கூறினார். அவர் இளைஞராக இருந்தபோது, 'நீ ஒரு பயனற்ற இசைக் கலைஞன்' என்று கூறினார். இன்று ஹெக்டர் பெர்லியோஸ் உலகின் தலைசிறந்த மேதையாக, ஃபிரான்சின் உயரிய இசை மேதையாக மதிக்கப்படுகிறார். ஒருவர் எக்காலத்தில் என்ன சாதனை புரிவார் என்பதை வாய்ப்பில்லாத வேளையில் யார் மதிப்பிட்டுக் கூற முடியும். பீதோவனிடம் 'நீ சிறந்த அறிவியல் விஞ்ஞானியாகியிருக்க வேண்டும்' எனக் கூறிப் பயனில்லை. ஏனெனில் அவர் அறிவியலைப் பொருட்படுத்தவேயில்லை. சாக்ரடீஸிடம் 'நீ சிறந்த

புத்திசாலி எனவே நீ பொறியாளராக இரு' என்று கூற முடியுமா! இவைகளெல்லாம் இயற்கையான விஷயங்களல்ல. என்னை இயற்பியல் பயில அனுமதியுங்கள் என்று உளமார வேண்டுகிறேன்".

(Bhabha and his magnificient Obsessions)

பாபாவின் இளமைக் காலத்தில் இயற்பியலில் தோன்றிய புரட்சிகரக் கண்டுபிடிப்புகளைச் சிறிது நோக்கினால் அவர் இயற்பியல் உலகில் நுழைய ஆவல் கொண்டதன் காரணம் புரியும். கேம்பிரிட்ஜ் பல்கலைக்கழகம் அவ்வேளையில் குறிப்பிடத்தக்க பல சிறப்பான முன்னேற்றங்களை இயற்பியல் துறையில் கொண்டிருந்தது. 1897இல் கேம்பிரிட்ஜின் கேவின்டிஷ் சோதனைச் சாலையில் ஜே.ஜே. தாம்ஸன் எலெக்ட்ரான் எனும் மின்னணுவைக் கண்டுபிடித்தார். நவீன இயற்பியலின் தோற்றத்தில் இது ஓர் மைல்கல். அதன் பின் எர்னஸ்ட் ரூதர்ஃபோர்ட் வந்தவுடன் கண்டுப்பிடிப்புகள் மேலும் மாறுதல்களைப் பெற்றன. 1910இல் அவர் அணுக்களில் மிக நுண்ணிய உட்கரு உண்டு என்பதைக் கண்டுபிடித்தார். நேர் மின் சக்தி கொண்ட உட்கருவானது அணுவினுள் மிகச் சிறிய இடத்தில் அமைந்துள்ளது எனவும் அதனைச் சுற்றி எலக்ட்ரான்கள் நகர்கின்றன என்றும் கண்டுபிடித்தார்.

இக்கண்டுபிடிப்புகள் நெடுநாளைய இயற்பியல் கருத்துகளுக்குப் புறம்பானவை. ஏனெனில் கண்டுபிடிக்கப்பட்டுள்ள நிலைப்படி ஒரு எலெக்ட்ரான் படிப்படியாகத் தனது சக்தியை இழந்து உட்கருவின் மேல் விழுந்துவிடும். இதனால் அணுவின் நிலைத்தன்மை நாம் ஏற்கெனவே அறிந்துவைத்துள்ள தன்மையில் இல்லாமல் மாறிவிடும். ஆக, நவீன இயற்பியலை நடைமுறைப் படுத்த முற்றிலும் மாறுபட்ட எண்ணங்கள் தேவைப்பட்டன. இருபதாம் நூற்றாண்டின் முதல் பத்து ஆண்டுகளில் பழமை இயற்பியலின் தூண்களாக அமைந்திருந்த கருத்துருவாக்கங்கள் ஐன்ஸ்டீனின் சிறப்புச் சார்புக்கோட்பாட்டினால் தகர்க்கப் பட்டன. தூரமும் காலமும், கண்டு கணக்கிடுவோரின் நிலைக்குத் தொடர்பின்றித் தனித்துவமானவை எனும் கருத்து தவறு என்றானது. நிலைத்து நின்று கண்டு, கணக்கிடுவோரைக் காட்டிலும் நகர்ந்து கொண்டே, கண்டு கணக்கீடு செய்பவருக்குக் காலம் மெதுவாக நகர்ந்ததுடன் தூரமும் குறையும் என ஐன்ஸ்டீன் காண்பித்தார். இக்கண்டுபிடிப்பு இயற்பியலை மாற்றியமைத்தது. 20ஆம் நூற்றாண்டின் இரண்டாவது பத்தாண்டுகளில் ஐன்ஸ்டீன், நகரும் 'கண்டு கணக்கிடுவோர்' என்றில்லாமல் 'வேகமெடுத்து, நகர்வோரின் கணக்கீடு' எனத் தனது கோட்பாட்டினை விரிவுசெய்தார். இதனால் புவிஈர்ப்பு

விசைதரும் பாதிப்பினையும் கோட்பாட்டில் இணைத்துக் கொள்வது அவருக்குச் சாத்தியமாயிற்று. 1919ஆம் ஆண்டின் சூரிய கிரகணம் அவரின் புதிய கோட்பாட்டை நிரூபிக்க உதவிற்று. அதில் புவிஈர்ப்பு இயக்க சக்திகொண்ட சூரியன் போன்ற பொருளின் அருகில் ஒளிக்கதிர்கள் வளைந்த பாதையில் தொடர்ந்து செல்ல இயலும் என அறிய முடிந்தது.

அதேவேளையில் ஒளி என்பது ஓர் அலைவு மற்றும் துகள் என்றும் காண்பிக்கப்பட்டது. கதிரியக்கத்தின் ஒளிக்கதிர் பட்டையில் *(Spectrum of Radiational)* நிகழ்த்தப்பட்ட சோதனை களால் ஒளியின் துகள் தன்மை ஓரளவு உணரப்பட்டது. ஒளியின் துகள் தன்மையினை விளக்கும் வகையில் நிகழ்த்திய புதிய சோதனையின் அடிப்படையில் ஐன்ஸ்டீன், மற்றொரு ஆய்வுக் கட்டுரையினையும் எழுதியுள்ளார். அக்கட்டுரையில் அவர் ஒளி ஓர் உலோகத்திலிருந்து எலக்ட்ரான்களைத் தட்டித் தள்ளிவிட இயலும் எனக் குறிப்பிட்டுள்ளார். இதனைக் கண்டவுடன் டாக்கா பல்கலைக்கழகத்திலிருந்த இளம் இயற்பியலாளராகிய சத்தியேந்திர நாத் போஸ் என்பவர் 1924ஆம் ஆண்டு ஐன்ஸ்டீனுக்கு ஒரு கடிதம் எழுதினார். அதில் ஒளியைத் துகள்களாக அறிந்து கணக்கிட புள்ளியியல் வழியிலான ஒரு முறையினைக் குறிப்பிட்டிருந்தார். இதற்கு ஓராண்டிற்கு முன்பு லூயி டி பிராக்லி *(Louis de Broglie)* பொருட்களுக்கும்கூடச் சூழலைப் பொறுத்து அலைவு இயல்பு இருக்கலாம் எனும் ஊகம் ஒன்றினைத் தெரிவித்தார்.

அன்று இயற்பியலில் முன்னுதாரணமான மாற்றமைவு நிலை தோன்றத் தொடங்கியிருந்தது. ரூதர் ஃபோர்டின் சோதனைகளை உணர்ந்துகொள்ள முற்றிலும் புது மாதிரியான சிந்தனைகள் தேவைப்பட்டன. அன்றைய இயற்பியலாளர்கள் இதனை ஒரு சவாலாகவே ஏற்றுக்கொண்டனர். கேம்பிரிட்ஜில் பணியில் இணைந்த நீல்ஸ் போர் *(Niels Bohr)* 1913இல் அணு பற்றிய ஒரு புதிய அமைப்புருவாக்கத்தினைத் தோற்றுவித்தார். அதில் அவர் அணுக்கள் தங்களது ஆற்றலைப் பாதுகாத்திடும் வகையில் கட்டுப்பாடு தன்மை கொண்டிருக்கும் எனவும் அக்கட்டுப்படானது ஒளிக்கற்றைகளை அல்லது ஃபோட்டான் களை உமிழ்கின்றபோது அல்லது உறிஞ்சிப் பெறுகின்றபோது தளர்வு கொண்டிருக்கும் எனவும் கூறினார். பழைய அணு பற்றிய அமைப்புருவாக்கத்தின் அடிப்படையில் மின்னணுக்கள் எந்த உயர் அளவிலும் ஆற்றல் கொண்டிருக்கலாம். ஆனால் நீல்ஸ் போரின் அமைப்புருவாக்கக் கருத்தின்படி எலக்ட்ரான் எனும் மின்னணுக்கள் சில குறிப்பிட்ட ஆற்றல் மட்டங்களை மாத்திரமே கொண்டிருக்கும். அவை ஒரு ஆற்றல் மட்டத்திலிருந்து

வேறொரு மட்டத்திற்கு மாறுகின்ற வேளையில் ‘மிகைச் சிற்றளவு’ *(Quantum)* ஆற்றலே வெளிப்படுகிறது. அல்லது அதே அளவு ஆற்றல் உறிஞ்சிப் பெறப்படுகிறது. உதாரணமாக இந்தியாவில் ஒரு பைசா நாணய அளவிற்கு குறைவாகப் பண்ட மாற்று செய்ய இயலாது. எனவே ஒரு பைசா என்பது குறைந்த அளவு பணமதிப்பீட்டின் மீச்சிற்றளவு *(Minimum Quantum Of Money)* ஆகும்.

பாபா 1920களின் தொடக்கத்தில் பள்ளி மாணவராகப் பயிலும் காலத்தில் அணுக்கள், மூலக்கூறுகள் போன்றவற்றை ஆய்வு செய்தல் அல்லது விவரித்தல் போன்ற செயல்களில் ஈடுபட, இயற்கைப் பொருட்களை மிக நுண்ணிய அளவீடுகளால் குறிப்பிடும் இயல்பு தோன்றிவிட்டது. அந்நிலையில் நியூட்டன் காலத்தில் தோற்றுவிக்கப்பட்ட சாதாரண இயக்கவியல் கோட்பாடுகள் பயன்பாட்டுக்குப் போதுமானவைகளாக இல்லை. எர்வின் ஷ்ராடிங்கர், வெர்னர், ஹீசன்பெர்க் போன்றோர் புதிய மிகைச் சிற்றளவு ஆற்றல் திறன் இயற்பியல் *(Quantum physics)* விதிகளைத் தோற்றுவித்தனர். தனிம அட்டவணையின் பல தனிமங்களின் தன்மைகளை விவரிக்க முயலுகையில், இரண்டு எலக்ட்ரான்கள் ஒரே நிலையைப் பங்கிட்டு அமைவதில்லை என உல்ஃகேங் பாலி கருத்து தெரிவித்தார். இதற்கு ‘விலக்கியமைதல் கொள்கை’ *(Exclusion Principle)* என்று பெயர். பிற்காலத்தில் இக்கருத்தானது எலக்ட்ரான்களுக்கு மட்டுமே பொருந்தும் என்றும் ஃபோட்டான்கள் இந்தக் கொள்கைப்படி இயங்குவதில்லை என்றும் அறியப்பட்டது. ஃபோட்டான்கள் அதிகரித்தாலும் நல்லதுதான் எனக் கருதப்பட்டது. அதாவது எலக்ட்ரான்கள் போஸ்சின் *(Surendra Nath Bose)* புள்ளியியல் கணக்கீடுகளுக்குக் கட்டுப்பட்டவை அல்ல எனவும் அவை மாறுபட்ட துகள் வகைகள் எனவும் உணரப்பட்டது.

1927ஆம் ஆண்டு மிகைச் சிற்றளவு ஆற்றல் பிரிவில் ஹீசன்பெர்க் தனது ‘நிச்சயமற்ற கொள்கை’யின் வழியே ஓர் அதிர்வலையை ஏற்படுத்தினார். விண்ணின் பெருவெளியில் ஒரு துகளின் நிலையையும் செல்லும் வேகத்தையும் அளவிட மிகத் துல்லியமான அளவீடு சாத்தியங்கள் உண்டென நாம் நினைத்திருந்தோம். ஆனால் இதுபற்றிக் கூறிய ஹீசன்பெர்க் அணு உலகில் இத்தகைய கணக்கீடுகள் கொள்கையளவிலும்கூடச் சாத்தியமில்லை என்றார். ஒரு துகளின் நிலையறிதலும் ஒப்பீட்டு அளவில் ஓரளவு அதன் வேகம் அறிதலும் மாற்றமைவான இயல்பு கொண்டவை என்றார். அதாவது துல்லியமாகத் துகளின் நிலை உணர்ந்தால் ஓரளவு வேகம் அறியலாம். வேகம் உணர்ந்தால் துகளின் நிலையினை உணரலாம். அதே ஆண்டு கேம்பிரிட்ஜிலிருந்த பால் டிராக், ஐன்ஸ்டீனின் சிறப்பு சார்புக்

கோட்பாட்டினை மிகைச் சிற்றளவு இயங்குவியலுடன் இணைத்து அறிந்திட முயற்சி மேற்கொண்டார். இவரது கணக்கீடுகள் இயற்பியலில் ஓர் புதிய பாதையைத் திறந்து விட்டன. எலக்ட்ரான்கள் எதிர் மின்னாற்றல் கொண்டவை என்று கொள்ளப்பட்டுவிட்டது. பரந்துபட்ட விண்வெளியின் இயல்பான வெற்றிடங்களில் கடலளவிற்கு அத்தகைய எலக்ட்ரான்கள் உள்ளன எனக் காண்பித்தார். பொதுவான எலக்ட்ரான் மின்னணுக்கள் 'டிராக் கடல்' *(Dirac sea)* எனும் எதிர்மறை ஆற்றல் வெளிகளில் சேர இயலாது. ஏனெனில் அவ்விடங்கள் ஏற்கெனவே நிரப்பப்பட்டிருக்கும். பாலியின் தனித்தியங்குக் கொள்கை[1] இவ்வுண்மையை உறுதிப்படுத்துகிறது. ஆனால் எதிர்மறை ஆற்றல்கொண்ட எலக்ட்ரான்கள் நேர்மறை ஆற்றல் நிலைக்கு உயர்த்தப்படலாம். இதனைச் சோதனைச் சாலையிலும் அறியவியலும். கடல் போன்று பரந்து அமைந்துள்ள எலக்ட்ரான் மின்னணுக்களின் இடையே மேற்கூறிய நிகழ்வால் ஒரு 'துளை' அமைப்பும் தோன்றும். அங்குள்ள மின்னணுக்கள் நேர்மின் ஆற்றல்கொண்டவைகளாக 'எலக்ட்ரான் – எதிர்நிலை' கொண்டு விளங்கும். ஒரு எலக்ட்ரான் எதிர்நிலை கொண்ட மின்னணுத் துகள் எலக்ட்ரானுடன் பொருந்துகையில் அவை ஒன்றையொன்று அழித்துவிடும். இதனால் தோன்றும் ஆற்றல் மிகு விசை, காம்மா கதிர் *(gamma rays)* ஃபோட்டான்களாகக் கதிரியக்கம் பெறும். இந்த விளக்கம் பாசிட்ரான்கள் உண்டு எனும் கருத்தை உண்மையாக்குகிறது. 1932இல் விண்கதிர்களிடையே பாசிட்ரான்கள் கண்டுபிடிக்கப்பட்டன.

இப்புதிய கண்டுபிடிப்புகள் இயற்பியலாளர்களை உற்சாகப்படுத்தின. நவீன இயற்பியல் அணுக்களின் இயல்புகளை விவரித்த காரணத்தால் விஞ்ஞானிகள் மூலக்கூறுகளின் பண்புகளையும் விவரிக்க முயன்றனர். 1927ஆம் ஆண்டில் வால்டர் ஹீட்லர், ஃபிரிஸ் லண்டன் ஆகியோர் மிகைச் சிற்றளவு இயங்குவியலின் *(Quantum Mechanics)* துணைகொண்டு நீர் மூலக்கூறில் இரண்டு ஹைடிரஜன் அணுக்கள் எவ்விதம் இணைந்துள்ளன என்பதை விளக்கிக்காட்டினர். இப்படியாக இயற்பியலாளர்கள் வேதியியலிலும் வெற்றிகண்டனர்.

இக்காலகட்டத்தில்தான் பாபா கேம்பிரிட்ஜில் சேர்ந்தார். கேம்பிரிட்ஜ் அன்று இயற்பியல் ஆய்வுகள் சிறப்பாக நடை பெற்றுக்கொண்டிருந்த இடம். ஏற்கெனவே பள்ளிப் படிப்பில் இயற்பியலின் மீது கொண்டிருந்த ஆர்வமும் பம்பாயில்

---

1. பாலியின் தனித்தியங்குக் கொள்கை: *Paulis 'exclusion principle' pauli-: Wolfgang Ernst pauli (1900-1958) - an Austrian Theoretical Physicist and one of the pioneers of Quantum Physics.*

காம்ப்டனின் விரிவுரையால் ஏற்பட்ட தாக்கமும் பாபாவிற்கு இயற்பியல் ஆய்வுகளில் ஈடுபாடுகொள்ள உந்துசக்திகளாய் இருந்தன.

முதலாமாண்டு பொறியியல் பட்டப்படிப்புத் தேர்வில் முதல் வகுப்பில் தேர்ச்சி பெற்றால் அதன்பின் இயற்பியல் பயில்வதற்கு உதவுவதாக அவரது தந்தை உறுதிமொழி அளித்திருந்தார். தான் கொடுத்த வாக்கைக் காப்பாற்றும் வகையில் 1930இல் இயங்குவியல் ட்ரைபாஸ் தேர்வுகளில் பாபா முதல் வகுப்பில் தேர்ச்சி பெற்றார். அதன்பின் இரண்டு ஆண்டுகளில் கணிதவியல் ட்ரைபாஸ் தேர்விலும் முதலாம் வகுப்பில் தேர்ச்சியடைந்தார். இத்தேர்ச்சிகளால் பி.எச்.டி ஆய்விற்குப் பதிவு செய்துகொள்ள அனுமதிக்கப்பட்டார். ஆர்.எச்.ஃபௌலருடன் ஆய்வுகளை மேற்கொண்டார். ஃபௌலர் ஏற்கெனவே மிகச் சிறந்த முன்னணி இயற்பியல் விஞ்ஞானிகளுடன் ஆய்வுகளில் ஈடுபட்டவர். அவர் சுப்ரமணியன் சந்திரசேகர், மேக்நாத் சாஹா ஆகியோருடன் விண்வெளி ஆய்வுகளின் இரண்டு முக்கியப் பிரிவுகளில் ஆய்வுகள் மேற்கொண்டிருந்தார்.

விண்கதிர் ஆய்வுகளில் பாபாவின் நுழைவு

தனது பி.எச்.டி பட்டப் படிப்பிற்கு விண்கதிர்கள் பற்றிய ஆய்வுகளைத் தேர்ந் தெடுத்துக்கொள்ளலாம் என பாபா முடிவு செய்தார். இத்துறைதான் வாழ்க்கை முழுவதும் அவரை ஆட்கொண்டது. விண்கதிர் ஆய்வுகளை அவர் தேர்ந்தெடுத்ததற்கு ஒரு காரணம் உண்டு. இத்துறை ஆய்வுகளின் மூலம் எலக்ட்ரான்கள் நிரம்பிய எதிர்மறை ஆற்றல் மிகுந்த 'டிராக்கின் கடல்' குறித்த தகவல்களைச் சோதித்துப் பார்க்க இது ஒரு வாய்ப்பாக அமையும் எனும் எண்ணம் அவருக்கு இருந்தது. அனுமானமாக டிராக்கின் கணக்கீடுகளால் ஊகிக்கப்பட்டிருந்த பாசிட்ரான் துகள்கள் 1932ஆம் ஆண்டு கண்டுப்பிடிக்கப் பட்டன. அதே ஆண்டில் பாபா தனது ஆய்வுப் படிப்பிற்கென ஃபௌலருடன் இணைகிறார். (1932ஆம் ஆண்டு கேம்பிரிட்ஜின் கேவன்டிஷ் சோதனைச் சாலையில் ஓர் அற்புத ஆண்டாகக் கருதப்படுவதுண்டு. இந்த ஆண்டில் தான் இங்கு பாசிட்ரானும் நியூட்ரானும் கண்டுபிடிக்கப் பட்டன. புதிய கண்டுபிடிப்புகளால் ஏற்பட்டிருந்த பரபரப்பான சூழலில் ஆய்வுகளினுள் பாபா ஈர்க்கப்பட்டார். பலரும் குறிப்பிடும்படி உரிய இடத்தில், உரிய நேரத்தில் அமைந்திருக்கும் அரிய வாய்ப்பினைப் பெற்றார்.) ஏற்கெனவே இந்தியா விற்கு வந்திருந்த காம்ப்டன் விண்கதிர்களின் ஒரு குறிப்பிட்ட பண்பு தொடர்பாக அளவீடுகளை

உலகின் பல பாகங்களிலும் கணக்கீடு செய்யும் திட்டத்தி லிருந்தார். அவ்வேளையில் அவரின் விரிவுரையின் மூலம் விண்கதிர்களைப் பற்றி ஏற்கெனவே பாபா அறிந்திருந்தார். பாபாவின் முதல் ஆய்வுக் கட்டுரையிலேயே புவியின் சூழலில் விண்கதிர்களின் தொடர்புகள் பற்றிய செய்திகளிருந்தன.

விண்கதிர்கள் என்பன யாவை? விண்கோள்களின் இடைவெளிகளில் விரைந்து பரவும் துகள்களே விண்கதிர்கள். சில வேளைகளில் அவை புவியின் சூழலினுள்ளும் நுழைந்து விடுகின்றன. இவற்றினை முதலில் 'கதிரியக்கம்' என்றோம். பின்னர் அவை துகள்கள் எனவும் அறிந்தோம். இருப்பினும் 'கதிரியக்கம்' எனும் பழைய சொல் நிலைத்துவிட்டது. இத்தகைய ஆற்றல் மிகுந்த துகள்கள் தொடர்ந்து நம்மை ஒரு வகையாகத் தாக்கிக்கொண்டுதான் இருக்கின்றன. அவை புவியில் வாழும் மனிதர்களை மொத்தத்தில் கதிரியக்கத்திற்கு உட்படுத்துவதில் பெரும் பங்கு வகிக்கின்றன. இத்தகைய விண்கதிர்களிலிருந்து நம்மைப் பாதுகாக்கும் கேடயமாக நமது புவிச்சூழ் மண்டலம் விளங்குகிறது. விண்ணில் பறக்கும் விண்வெளி வீரர்களுக்கு இத்தகைய பாதுகாப்பு இல்லை. எனவே அவர்கள் கதிரியக்கத்திற்கு அஞ்ச வேண்டும்.

தொடக்கக் காலம் முதல் கதிரியக்கம் தொடர்பான ஆய்வு களில், விண்க்திர்கள் மர்மமானவைகளே. கதிரியக்கப் பண்பு கொண்ட பொருட்களிலிருந்து வெளிப்படும் துகள்களும் அவற்றின் கதிரியக்கமும் காற்று மூலக்கூறுகளில் உள்ள எலக்ட்ரான்களைப் பிரித்துவிடும் அல்லது அவற்றை அயனிகளாக்கும் என நாம் ஏற்கெனவே அறிவோம். அதாவது, கதிரியக்கப் பொருளைச் சூழ்ந்துள்ள காற்று மின் ஆற்றல் பெற்றதாகிவிடும். இந்நிகழ்வில் மின் ஆற்றலைக் கணக்கிட்ட இயற்பியலாளர்கள் கதிரியக்கப் பொருட்கள் இல்லாத வேளை யிலும் காற்று குறுகிய காலத்திற்கு மின் ஆற்றல் பெறுகிறது என அறிந்தனர். ஏதோ ஒருவகைச் 'சூழல் கதிரியக்கம்' இதற்குக் காரணமானது எனவும் ஊகித்தனர். புவிச்சூழலில் மேலே உயரத்திற்குச் செல்கையில் கதிரியக்கம் அதிகரிக்குமா அல்லது குறைந்துவிடுமா என்பதை அறிய ஆஸ்த்திரியா நாட்டின் இயற்பியலாளர் விக்டர் ஹெஸ், உரிய கருவிகளுடன் ஒரு பலூனில் ஏறி விண்ணில் சென்றார். விண்கதிர்கள் தோன்றுதல், அவை புவிப்பரப்பிலிருந்தா அல்லது விண்வெளியிலிருந்து தோன்றுகின்றனவா என்பன போன்ற கேள்விகளுக்குத் தேவையான துப்பு இதன் மூலம் கிடைக்க வாய்ப்பிருக்கும் எனக் கருதப்பட்டது. ஹெஸ் 17,500 அடி உயரம்வரையிலும் சென்று ஆய்வுகள் நிகழ்த்தினார் (ஆக்ஸிஜன் சிலிண்டர்கள்

எடுத்துச் செல்லவில்லை). இச்சோதனையில் உயர செல்லச் செல்ல கதிரியக்க அளவு அதிகரிப்பதை அறிந்தார். இதனால்தான் கதிரியக்கமானது விண்கதிர்கள் என்று அழைக்கப்படுகின்றன. (இத்தகைய ஆய்வுகளுக்கென 1936ஆம் ஆண்டிற்கான இயற்பியல் நோபல் பரிசு ஹெஸ்ஸிற்கு வழங்கப்பட்டது.)

இது திடுக்கிடச் செய்யும் கண்டுபிடிப்பு. விண்ணிலிருந்து கதிரியக்கம் மட்டுமல்ல சில பொருண்மைத் துகள்களும் புவியை வந்தடைகின்றன எனும் செய்தி திகைப்பூட்டுவதாகவே உள்ளது. இது தொடர்பாகப் பல கேள்விகளுண்டு. அவை எங்கிருந்து வருகின்றன? அத்துகள்களுக்கு ஆற்றல் எவ்விதம் கிடைத்தது? ஏன் அவை தொடர்ந்து புவிப்பரப்பின்மீது விழுகின்றன? அவை பிரபஞ்சத்தின் தொடக்கக் காலத் துகள்களா அல்லது அவை நாம் அறியாத பேரண்ட நிகழ்வுகளின் எஞ்சிய துணுக்குகளா? இவைகளைப் பற்றி ஆக்ஸ்ஃபோர்டின் ஈ.ஏ. மில்னே பின்வருமாறு கூறுகிறார். *'நீண்ட நாட்களுக்கு முன்பு ஒருமுறை வயது முதிர்ந்த ஆல்பர்ட் ஐன்ஸ்டீனுடன் பொருண்மையைப் பற்றிப் பேசும் அறிய வாய்ப்பினைப் பெற்றேன். அவர், தான் இத்துறையினைக் குறித்து அதிகம் அறிந்திருக்கவில்லை என்றார். இருப்பினும் விண் கதிரியக்கம் என்பதற்கு விதிவிலக்கான குறிப்பிடத்தக்க விளக்கம் இருக்க வேண்டும் எனக் கூறினார்' ('Heaven and earth one substance').*

விண்வெளிக் கதிர்கள் அதிக ஆற்றலுடைய துகள்களைக் கொண்டவை எனும் உண்மையும் விண்வெளியிலிருந்து அவை தொடர்ந்து பொழிந்துகொண்டிருக்கின்றன எனும் தகவலும் மிகை ஆற்றல் இயற்பியலில் சோதனைகளை மேற்கொள்ளக் கவர்ச்சிகரமான ஆய்வுக் களமாக விளங்குகின்றன. குறிப்பாக இந்நிலை 20ஆம் நூற்றாண்டின் ஆரம்ப காலங்களில் துகள்களுக்கு ஆற்றலூட்டிச் சோதனைகள் மேற்கொள்ளத் தேவையான பெரிய அளவிலான வசதிகள் கிடைக்காத காலத்தில் எண்ணங்களாகத் தோன்றின. அவ்வேளையில் மிகை ஆற்றல் கிடைப்பதற்கு விண்கதிர்களே ஆதார வசதியாக விளங்கின. ஆற்றல் மிகு துகள்கள் தங்களுடன் மோதிக்கொள்ளும்போது அவை சிறு சிறு பகுதிகளாக உடைந்துவிடுகின்றன; அல்லது வேறு துகள்களாக மாறுதல் பெற்றுவிடுகின்றன. இந்நிகழ்வுகளை நுணுக்கமாக ஆய்வு செய்வதன் மூலம் இத்துகள்களின் தன்மைகளையும் உள் அமைப்பினையும் அறியலாம். விண்கதிர்கள் காற்று மூலக்கூறு களுடன் மோதும் நிகழ்வுகள் இயற்கையிலமைந்த சோதனைக் கூடங்களாகின்றன.

விண்கதிர்களை இரண்டு வகைகளாகப் பிரிக்கலாம் என அறியப்பட்டது. ஒன்று குறைவாற்றல் கதிர்கள் (*Soft* எனலாம்).

மற்றொன்று மிகுவாற்றல் கதிர்கள் (*Hard* எனலாம்). அறிவியலார் மின்கதிர் பாய்ச்சலைப் புவிச்சூழலில் தடுத்துத் தடைசெய்யும் ஆற்றல் திறனைக் கணக்கிட முயன்றனர். ஈயம் எனும் உலோகம் சுவராக அமைந்திடின் அச்சுவர் கதிர்களைத் தடுக்கும். குறைவாற்றல் கதிர்களைச் சில மில்லி மீட்டர்கள் அல்லது சென்டி மீட்டர்கள் பருமனுள்ள சுவர் தடுத்துவிடும். ஆனால் மிகு ஆற்றல்கொண்ட கதிர்கள் பல மீட்டர்கள் பருமனுள்ள சுவர்களையும் ஊடுருவிச் செல்லும். 1930களில் மேற்கொண்ட கூர்நோக்குக் கவனிப்பில் குறைவாற்றல் கதிர்கள் விண்ணில் துப்பாக்கி ரவைகளைப் போன்று அகன்ற பரப்பில் பொழிந்து பரவித்தோன்றின என அறியப்பட்டது. விண்கதிர்கள் தனித்தனியே வருகை புரியாமல் தொகுப்பாக வருவதுபோல இருந்தது. ஆனால் அப்படி நிகழ வாய்ப்பில்லை. ஏனெனில் 'பொழிவில்' இருந்த துகள்கள் வேகத்தில் மாறுபட்டிருந்தன. எனவே அவை தொகுப்பாக வீழ்ந்திருக்க வாய்ப்பில்லை. எப்படியும் பயண வேளையில் அவை தனித்தனியே பிரிந்திருக்கும். அதனால் துகள்கள் வெடித்துச் சிதறியது போன்று கவனித்ததாகக் கூறும் பொழிவு நிகழ்ந்திருக்க வாய்ப்பில்லை.

புதிரான இந்த நிகழ்வினை முறையாக அறிந்துகொள்ள புத்திசாலித்தனமான தொடர் சோதனைகள் மேற்கொள்ளப் பட்டன. அதில் சில துப்புகள் கிடைத்தன. சோதனைச் சாலையில் ஒரு முகிலறை (*Cloud chamber*) அமைக்கப்பட்டது. அதில் ஓடுபாதையாகச் செல்லும் துகள்களைப் பதிவுசெய்யலாம். ஓர் உலோகத் தகடு அறையினுள் செலுத்தப்பட்டது. தகட்டினூடாகச் சென்ற ஒரு துகள் பல ஓடுபாதைகளாகப் பிரிந்து சென்றது. அதாவது ஓடுபாதையாகப் பதிவிடப்பட்டுக்கொண்டிருந்த துகளானது தகரத்தின் உலோகப் பொருளின் அணு உட்கருக்களுடன் கிரியைச் செய்து தெளித்தாற்போன்று பல துகள்களாக மாற்றம் பெற்றது. இதே போன்றுதான் புவிச்சூழலின் மேல் மட்டத்திலும் நிகழ்ந்திருக்க வேண்டும். இந்நிகழ்ச்சி, ஒரு பில்லியர்ட் பந்தானது மேசையிலுள்ள மற்றொரு பந்தைத் தட்டியவுடன் பல பந்துகள் தோன்றி ஓடுவது போன்றது. உள்நுழையும் துகள்களின் ஆற்றலானது புதிய துகள்களின் திரண்மமாக (*Mass*) மாறுதல் பெறுகிறது. திரண்மத்தினையும் ஆற்றலையும் இணைத்து ஐன்ஸ்டீன் விவரித்த $E = mc2$ எனும் சமன்பாடு இதற்குக் காரணமாகிறது.

அக்காலத்தில் எலக்ட்ரான், புரோட்டான், நியூட்ரான் (நியூட்ரான்கள் 1932இல் கேம்பிரிட்ஜின் கேவிண்டிஷ் சோதனைச்சாலையில் கண்டுபிடிக்கப்பட்டன) மாத்திரமே

கண்டுபிடிக்கப்பட்டிருந்தன. இவ்விதம் குறைந்த எண்ணிக்கையிலான துகள்களை மட்டுமே அறிந்துகொண்டு இந்நிகழ்ச்சியில் பல துகள்களாக விண்கதிர்கள் மாறுபடுவதை விவரிப்பது சிரமமானது. எனவே துகள்களின் பொழிவினை விவரிக்க மேலும் சில அமைப்புகள் தேவை. புதிதாகக் கண்டுபிடிக்கப்பட்ட பாசிட்ரான்கள் இதற்கு வாய்ப்பாக இருக்கலாம். எனவே துகள்களின் பொழிவில் எலக்ட்ரான் பாசிட்ரான்களின் பங்கு பற்றி ஆய்வு செய்ய பாபா முடிவெடுத்தார்.

இதற்கான பயணத்திற்கென ரவுஸ் பால் மாணவர் படிப்புதவி *(Rouse Ball Travelling Studentship)* 1932இல் பாபாவிற்குக் கிடைத்தது. அதனைப் பயன்படுத்தி ஐரோப்பாவில் கல்விப் பயணம் செய்தார். ஸுரிக் நகரில் பாலி, ரோம் நகரில் என்ரிகோ ஃபெர்மி, யூட்ரெக்ட் நகரில் ஹென்டிரிக் கிரேமர் ஆகியோரைச் சந்தித்து ஆய்வுகள் மேற்கொண்டார். 1933ஆம் ஆண்டில் பாபாவின் முதல் அறிவியல் ஆராய்ச்சிக் கட்டுரை *'Zur Absorption Der Hohenstrahlung' (Absorption of cosmic rays* - விண்கதிர்கள் உள்ளிழுக்கப்படுதல்) எனும் தலைப்பில் வெளியானது. ஸுரிக் நகரில் தங்கியிருந்த வேளையில் *Zeitschrift Fur Physik* எனும் இயற்பியல் ஆய்விதழில் இக்கட்டுரையை வெளியிட்டார். இக்கட்டுரையில் மிகை ஆற்றல்கொண்ட காம்மா கதிர்கள் (இவை மிகை ஆற்றல் கொண்ட புரோட்டான்களே) நமது புவியின் சூழலில் எத்தகைய முடிவினைப் பெறுகின்றன என்பதைக் கூறியுள்ளார். காம்மா கதிர்கள் சூழல் மண்டலத்தின் மூலக்கூறுகளின் உட்கருவுடன் மோதினால் ஒவ்வொன்றிலும் ஓர் இணை எலக்ட்ரானையும் ஒரு பாசிட்ரானையும் உண்டாக்குகின்றன. இத்துகள்கள் காற்றில் பரவி அதிலுள்ள மூலக்கூறுகளால் வேகம் குறைந்து மேலும் ஃபோட்டான்களைப் பரப்புகின்றன. இந்த ஃபோட்டான்களில் மேலும் ஆற்றல் இருப்பின் அவையும் இணை எலக்ட்ரான்களையும் பாசிட்ரான்களையும் தோற்றுவிக்கின்றன. புதிய ஃபோட்டான்களில் ஆற்றலின் அளவு குறைவுபடும்வரையிலும் இது தொடர்கிறது. ஆற்றல் குறைந்த கடைசி நிலையில் காம்மா கதிர் ஃபோட்டான் சூழல் வெளியால் உறிஞ்சப்பட்டுவிட்டது எனக் கொள்ளலாம். இவ்விதம் உறிஞ்சப்படும் நிலைவரையிலும் அடுத்தடுத்துத் துகள்கள் தோன்றி எலக்ட்ரான்கள், பாசிட்ரான்கள் பொழிவு நடைபெறும். இதனைக் கண்களால் காணும் வகையில் கேவன்டிஷ் சோதனைச் சாலையில் படம்பிடித்துள்ளனர். இது 1932ஆம் ஆண்டில் இங்கு நடைபெற்ற மற்றொரு முக்கிய நிகழ்வு. இந்நிகழ்வும் 1932ஐ ஓர் அற்புத ஆண்டாக்கியது. நன்கு செரிவூட்டப்பட்ட நீராவி நிரம்பிய அறையினுள் காம்மா

போட்டான்களின் மோதுதலால் தோன்றிய துகள்கள் ஓடும் போது தோன்றும் வேகப் பாதையில் மேகம்போன்ற பின் தொடர்ச்சி தென்படும். பாட்ரிக் பிளாக்கெட்டும் கிஸப்பே ஓக்கியாலினியும் காம்மா புரோட்டானால் இணை எலக்ட்ரான்கள் தோன்றுவதை கேவன்டிஷ் சோதனை நிலையத்தில் படம்பிடித்தது முக்கியமான முதல் முயற்சி. பாபாவின் முதல் ஆய்வுக் கட்டுரையில் இது பற்றிய சித்தாந்தம் கணக்கீடாக விவரிக்கப்பட்டிருந்தது. இக்கட்டுரையினால் பாபா 1934ஆம் ஆண்டில் 'ஐஸக் நியூட்டன் மாணவர் நிதியுதவி'யினைப் பெற்றார்.

ரோமில் உள்ள என்ரிக்கே ஃபெர்மியின் சோதனை நிலையத்திற்குச் சென்ற பாபா, கேவன்டிஷ் நிகழ்வை மனதில் மீண்டும் மீண்டும் சிந்தித்துக்கொண்டிருந்தார். 1933இல் ஃபெர்மி–யும் ஜார்ஜ் ஊலன்பெக்கும் இதுபற்றி விவாதித்தனர். அந்த விவாதம் பின்வருமாறு அமைந்திருந்தது: 'முதலில் நுழைந்த விழுகதிரின் ஃபோட்டான், ஓர் எலக்ட்ரான் – பாசிட்ரான் இணையை உருவாக்குகிறது. பிறகு பாசிட்ரான் அடுத்தடுத்த மோதல்களால் ஆற்றலில் ஒரு பகுதியை இழக்கிறது. முடிவில் இரண்டு வாய்ப்புகளுண்டு. ஒன்று, பாசிட்ரான் தனித்த எலக்ட்ரானுடன் இணைந்து இரண்டு குறைவான ஆற்றலுடைய ஃபோட்டான்களை உருவாக்கலாம். அல்லது பாசிட்ரான் ஓர் அணுவினுள் இணைந்துள்ள எலக்ட்ரானுடன் பொருந்தி ஆற்றல் மிகுந்த ஃபோட்டானைத் தயாரிக்கும். இந்த இரண்டு நிகழ்வுகளின் சாத்தியக்கூறுகளையும் மதிப்பிட்ட ஃபெர்மி, இந்த விளக்கங்கள் சோதனைகளால் கிடைத்த முடிவுகளுடன் ஒத்துப்போகவில்லை என்று கருதினார். இந்த விவாதத்தைக் கண்ட பாபா, டிராக் கடலின் எதிர்மறை ஆற்றல்கொண்ட எலக்ட்ரான்களின் அடிப்படையில் கணக்கீடு செய்ய விரும்பினார். கேம்பிரிட்ஜில் தனது கல்லூரியின் எச்.ஆர் ஹீல்முடன் இணைந்து இரண்டு தொடர்பியக்க ஊகங்களுக்குமான ஒரு புதுமையான கணக்கீட்டு முறையை உருவாக்கி ஆய்வுக் கட்டுரை ஒன்றினை எழுதினார். அவரது கணக்கீடுகளின் முடிவுகள் சோதனைச்சாலை ஆய்வு முடிவுகளுடன் ஒத்துப்போகவில்லை. இருப்பினும் அவரது கணக்கீடு முறை புதுமையானதாக அமைந்திருந்தது. அந்த ஆய்வுக் கட்டுரை, 1934ஆம் ஆண்டு *'Proceedings of the Royal Society'* எனும் ஆய்விதழில் வெளியானது. இத்தகைய ஆய்வுகளின் வழியே 1935இல் பாபா பி.எச்.டி பட்டம் பெற்றார்.

அடுத்ததாக வேகத்தன்மையுடன் மின்னாற்றல் கொண்ட துகள்களின் தொடர்பியக்கத்தினையும் அதனால் தோன்றும் எலக்ட்ரான் – பாசிட்ரான் இணைகளையும் பற்றி அறிய முயன்றார். இச்செயல்பாடு பல மாறுபட்ட முறைகளில்

நிகழலாம். அனைத்தையும் கருத்தில் கொண்டு மேற்கொள்ளப் படும் கணக்கீடு மிகவும் சிக்கலானதாகவே அமையும். இருப்பினும் இத்தகைய முயற்சிகளால் பாபா விரிவானதொரு கொள்கையினை உருவாக்க முயல்கிறார் என்பது தெளிவானது.

இதனையடுத்து வெகு விரைவில் தனக்கு 'புகழ் சேர்க்கும் சாதனை'க் கண்டுபிடிப்பில் ஈடுபட்டார். அதுவே இன்று 'பாபாவின் சிதறல்' செயல்பாடு எனும் பெயரில் பாடநூல்களில் இடம்பெற்றுள்ளது. எலக்ட்ரானும் பாசிட்ரானும் ஒன்றுடன் ஒன்று இயங்குகின்றன என்று கொள்வோம். அத்தகைய சூழலினுள் நுழையும் எலக்ட்ரான் பாசிட்ரானுடன் இயங்குவதையும் பின் எலக்ட்ரானும் பாசிட்ரானும் வெளியேறுவதையும் காணலாம். இதில் ஆர்வமூட்டும் அறிதல் என்னவென்றால் இதில் இரண்டு எலக்ட்ரான்களை வேறுபடுத்திக் காணவியலாது. இச்செயல் பொருண்மையின் நுண்ணாற்றல் இயக்கவியல் (Quantum Mechanics) செயல்பாடாகும். வெளியேறும் துகள்கள் புதிதாகத் தோன்றியனவாக இருக்கலாம் அல்லது அவை உள்நுழைந்த துகள்களாகவே இருக்கலாம். முதல் ஊகத்தின்படி உள்நுழைந்த துகள் அழிக்கப்பட்டுத் தற்காலிகமாக, காம்மா கதிர் ஃபோட்டான்களும் பின் அவற்றால் தோன்றிய இணை எலக்ட்ரான்களும் பாசிட்ரானுமாக இருக்கலாம். இரண்டாவது ஊகத்தின்படி உள்நுழையும், வெளியேறும் துகள்கள் அவற்றின் மின்தளத்தில் கிரியை செய்து சிதறடிக்கப்பட்டிருக்கலாம். பொருண்மை நுண்ணாற்றல் இயக்கவியல் அடிப்படையில் இச்செயல்பாட்டின் போது ஒரு பாசிட்ரானும் இடம்பெற்றிருக்க வேண்டும் ஆனால் அது மெய்நிகர் துகளாக அமைந்திருக்கும்.

இவ்வகைக் கிரியையின் வலுவானது இரண்டு வாய்ப்புகளை யும் சார்ந்தே இருக்கும். பாபா இந்த முக்கியமானதும் சிக்கலானதுமான கணக்கீட்டினை அறிந்திட முயன்றார். ஒரு எலக்ட்ரானிலிருந்து மற்றொரு எலக்ட்ரான் சிதறலுற்று பரவுதலை 1929இல் மோட் (Mott) நிகழ்த்திக் காட்டியுள்ளார். இதில் எலக்ட்ரானை அடையாளம் காண இயலாதது முக்கியக் குறிப்பாக விளங்கியது. இதே இயல்புதான் எலக்ட்ரான்– பாசிட்ரான் சிதறலுக்குமா என்பது தெளிவாகத் தெரியவில்லை. 1936ஆம் ஆண்டு 'Proceedings of the Royal Society' ஆய்விதழில் 'டிராக்கின் பாசிட்ரான் கோட்பாட்டின் அடிப்படையில் பரிமாற்றத்துடனான எலக்ட்ரான்களால் நிகழும் பாசிட்ரான் பரவல்' ('The Scattering of Positrons by Electrons with Exchange on Dirac's Theory of Positrons') எனும் கட்டுரை வெளியானது. இதற்கான சோதனை முடிவுகள் 1954ஆம் ஆண்டு கிடைத்தன. அவை பாபா ஏற்கெனவே தெரிவித்தவற்றை மிகவும் ஒத்திருந்தன.

இன்றைக்கு மிகு ஆற்றல் துகள்களின் கிரியைகளைப் புதிய சோதனைக் கருவி வசதிகளுடனும், புதிய அளவீட்டு அமைவுகளுடனும் நிகழ்த்துகிறோம். இதில் எலக்ட்ரான் – பாசிட்ரான் சிதறல்களையும் அதற்குரிய கணக்கீடுகளையும் மேற்கொண்டு அதனை பாபாவின் முன் கணிப்புகளுடன் ஒப்பீடு செய்தே அறிகிறோம்.

இதற்கான முக்கிய ஆய்வினை பாபா வெளியிடும்போது அவருக்கு வயது 27. பிரிஸ்டலிலிருந்த ஹீட்லருடன் *(Heitler)* அவர் சுற்றுச்சூழலில் எலக்ட்ரான் பொழிவுகள் பற்றிய ஆராய்ச்சியில் தொடர்ந்து ஈடுபட்டிருந்தார். அவர்கள் மீண்டும், சுற்றுச்சூழலில் பனிச்சரிவு போன்று தொடர்ச்சியாகத் துகள்களின் அருவி புவியின் மீது பொழியத் தொடங்குவதைக் கண்டறியத் தொடங்கினார்கள். இதுபற்றிப் பல இயற்பியலாளர்கள் ஆய்வுகள் செய்திருப்பினும் பொழிவானது ஒரு புதிராகவே விளங்கியது. ஹீசன்பெர்க்கும் *(Heisenberg)* இது பற்றிச் சிந்தித்திருக்கிறார். இந்நிகழ்வு குறித்து அவர் கூறிய கருத்துப்படி சூழலினுள் நுழையும் துகள் அனேகமாகக் காற்று மூலக்கூறின் உட்கருவுடன் மோதலுற்று ஓர் பெருவெடிப்பை ஏற்படுத்தியிருக்க வேண்டும். இந்த வெடிப்பில் தோன்றிய துகள்களே சிதைவுக் கூளங்களாகக் கீழே விழுகின்றன என்றார்.

ஹேன்ஸ் பெத் *(Hans Bethe)* (விண் நட்சத்திரங்களினுள் நிகழும் அணு உட்கரு நிகழ்வுகள் பற்றிய ஆய்வுகளுக்காக இயற்பியலில் நோபல் பரிசு பெற்றவர்) துகள்களின் அருவிப் பொழிவைப் பற்றி ஹீட்லருடன் தொடக்கக் கணக்கீடுகளைச் செய்திருக்கிறார். அவர்கள் அன்று எழுப்பிய கேள்வி: குறிப்பிட்ட எண்ணிக்கையிலான எலக்ட்ரான்கள் குறிப்பிட்ட அளவீட்டிலான ஆற்றலுடன் சுற்றுச்சூழலின் மேலடுக்கில் நுழைந்திருப்பின் குறிப்பிட்டதொரு கீழ்மட்டத்தில் எத்தனை எலக்ட்ரான்கள் தென்படும்? வேகமாகவும் ஆற்றலுடனும் உள் நுழைந்த எலக்ட்ரான்கள் முன்பே குறிப்பிட்ட முறைப்படி எண்ணிக்கையில் பெருக்கமடைந்துவிடும். அவை காற்றினால் வேகம் குறைக்கப்படும் வேளையிலேயே கதிரியக்கமும் நிகழ்த்துகின்றன. இதனால் தோன்றும் ஃபோட்டான்கள் எலக்ட்ரான், பாசிட்ரான் இணைகளைத் தோற்றுவிக்கின்றன. அவை மீண்டும் கதிரியக்கத்தால் பல ஃபோட்டான்களும் அதனால் பல இணைகளும் உற்பத்தியாகின்றன.

பெத், ஹீட்லரின் கருத்துப்படி அதிவேகத்துடன் பாயும் ஆற்றல் மிகுந்த எலக்ட்ரான்கள் புவிச்சூழலில் இரண்டு கிலோ மீட்டர் உயரம் வரையிலான சுற்று அடுக்கில் தடுத்து

நிறுத்தப்பட்டுவிடும். இந்நிலையில் கீழே கடல் மட்டத்தில் வேகமாகப் பாயும் எலக்ட்ரான்கள் எவ்விதம் தோன்றின என்பது புதிராக உள்ளது. அடுத்தடுத்து அதிகரிக்கும் பொழிவின்போது கடல் மட்டத்தில் கிடைக்கும் எலக்ட்ரான்கள் தோன்றின என்றால் பெத் – ஹீட்லரின் கணக்கீடுகளில் ஏதோ தவறு நிகழ்ந்துள்ளது என உணரலாம். கணக்கிடுதலில் முக்கியப் பகுதி சுற்றுச்சூழலில் எலக்ட்ரான்களின் கதிரியக்க ஆற்றல் இழப்பு ஆகும். எனவே ஆற்றல் மிகு நுண்துகள் மின் இயக்கவியலில் *(Quantum Electrodynamics)* நடைமுறைக் கோட்பாடானது மிகு ஆற்றல் நிலையில் முறிவுபடுகிறது எனும் கருத்து இயற்பியலாள ரிடையே உருவானது.

இதனை உணர்ந்த பாபாவும் ஹீட்லரும் இதற்கான கணக்கிடுதலைச் சிறந்த விவரணையோடு ஒரு விரிவான கோட்பாட்டின்படி புதிதாக மேற்கொண்டனர். அதில் சுற்றுச் சூழலின் துகள் பரவல் தடுத்தல் திறனானது முந்தைய கணக்கீட்டில் தவறுதலாகச் செய்து காட்டப்பட்டுவிட்டது எனத் தெரிவித்தனர். 8 கிலோ மீட்டர் பருமன் கொண்ட விண் பரப்பினால் மட்டுமே சுற்றுச்சூழலின் 'துகள்களை தடுத்திட' இயலும்; 2 கிலோ மீட்டர் தடிமனால் இயலாது எனக் கண்டனர். விரைந்து நுழையும் எலக்ட்ரான்கள் இவ்வகையிலேயே மறிக்கப்படுகின்றன. கடல் மட்ட நிலப்பரப்பில் விசையுடன் பாய்ந்து விழும் எலக்ட்ரான்களின் எண்ணிக்கை வேறுபாட்டினை ஆற்றல்மிகு நுண்துகள் மின் இயக்கவியல் துணைகொண்டு ஏற்புக்குரிய தரநிலைக் கணக்கீடுகளால் விவரிக்க இயலும். இதனால் ஹீஸன்பெக்கின் 'வெடிப்புக் கோட்பாடு' தவறானது என்பது தெளிவாகிவிட்டது. புவியின் மேலடுக்குச் சுற்றுச்சூழலில் ஏற்பட்ட ஒரு பெரிய வெடிப்பின் துணுக்குகளே தரையில் விழும் துணுக்குகள் எனின், மின்னணுக்கள் குறைவான எண்ணிக்கையிலேயே இருக்கும் எனக் காரணம் கூறியிருக்கலாம்.

தங்களது ஆராய்ச்சிகளை நினைவுகூர்ந்த ஹீட்லர் கூறியது:

புவியின் சுற்றுச்சூழலில் மேலிருந்து கீழே விழும் விண்துகள் களின் அளவுகள் படிப்படியாக அதிகரித்திருக்கும் எனும் எண்ணம் பலரிடையே இருந்திருக்க வேண்டும். பல இயற்பியல் விஞ்ஞானிகளும் இப்படி நினைத்திருப்பார்கள் என்று கருதுகிறேன். இவ்விதம் நிகழ்வதை பாபாவும் நானும் கண்டுவிட்டோம். புவிச்சூழ் பரப்பினுள் நுழை யும் எலக்ட்ரான்கள் பெருக்கமடைவதை அதற்கான கோட்பாட்டின் அடிப்படையில் கணக்கிட்டு உறுதி செய்து விட்டோம். காற்றிலுள்ள பொருண்மைகளின் வழியே

ஊடுருவும் மின்னாற்றல் கொண்ட எலக்ட்ரான்கள் பல 'காம்மா மிகை ஆற்றல் நுண்துகள்களாகப் பரவி, மேலும் மேலுமாக இணைகளைத் தோற்றுவித்து விடுகின்றன. இச்செயலானது ஆற்றலின் வீரியம் குறைவுபடும் வரையிலும் நிகழ்கிறது. இதுவே துகள்களின் பொழிவுக் கோட்பாடு (The theory of showers).

- (Bhabha and his Magnificint Obsessions)

இது குறித்து வேறு சிலரும் ஆய்வுகளில் ஈடுபட்டிருந்தனர். அமெரிக்காவில் ஜே. இராபர்ட் ஓபன்ஹைமர் *(J. Robert Openheimer)* (இவர்தான் 'மன்ஹாட்டன் திட்டம்' *(Manhattan Project)* எனும் முதல் அணுகுண்டுத் தயாரிப்புத் திட்டத்தின் தலைமைப் பொறுப்பில் இருந்தவர்) ஜே. எஃப் கார்ல்சனுடன் இதுபற்றிய ஆய்வுகளை மேற்கொண்டிருந்தார். இது தொடர்பான இவர்களது ஆய்வுக் கட்டுரை 1936ஆம் ஆண்டு டிசம்பர் 8 அன்று *Physical Review* ஆய்விதழால் பெறப்பட்டது. அதே ஆண்டில் டிசம்பர் 11ஆம் நாள் 'ராயல் சொஸைட்டி'யில் *(Royal Society)* பாபா–ஹீட்லரின் ஆய்வுக் கட்டுரை பெறப்பட்டது. இவ்விரு கட்டுரைகளின் மூலம் இவர்கள் ஆய்விற்கென மேற்கொண்ட முறைகளும் ஆய்வுகளால் பெற்ற முடிவுகளும் ஒரே மாதிரியாக அமைந்திருந்ததை அறியலாம். ஒரு சில வேறுபாடுகளே இருந்தன. பாபாவின் ஆய்வுக் கட்டுரை பலரது கவனத்தையும் ஈர்த்தது. 1937ஆம் ஆண்டில் பாபா *'1851 Exhibition Scholarship'* எனும் ஆய்வு உதவியைப் பெற்றார். இதன் உதவியுடன் கேம்பிரிட்ஜில் தனது ஆய்வுகளைத் தொடர்ந்தார்.

பாபா – ஹீட்லரின் கணக்கீடுகள் விண்கதிர்களின் ஆற்றல் குறைந்த *('Soft' Components)* விண்கதிர்கள் தொடர்பானவை. அதனை அவர்கள் டிராக்கின் பாசிட்ரான் கோட்பாட்டின் *(Dirac's theory of positrons)* அடிப்படையில் மேற்கொண்டிருந்தார்கள். இதனையடுத்து ஆற்றல் மிகுந்த *('Hard components')* விண்கதிர்களின் பக்கம் தனது கவனத்தைத் திருப்பினார். இக்கதிர்கள் பொருட்களைத் துளைத்துச் செல்லக்கூடியவை. விண்கதிர்களின் இப்பகுதிகளில் எலக்ட்ரான்கள் கிடையாது. பாபா, சிறந்த உள்ளுணர்வுடன் புத்திசாலித்தனமாக, இப்பகுதிகள் நாம் இதுவரை அறிந்திராத வேறு வகைத் துகள்கள் எனத் தெரிவித்தார். அவற்றை ஆய்வுசெய்த பாபா, அவை எலக்ட்ரான்களைக் காட்டிலும் நூறு மடங்குப் பெரிய துகள்கள் எனவும் கூறினார். இக்கருத்தை அக்டோபர், 1937ஆம் ஆண்டு வெளியான தனது ஆய்வுக்கட்டுரையில் தெரிவித்தார்.

அன்றைய காலகட்டத்தில் இக்கருத்தை முனைப்பான அனுமானம் என்றுதான் சொல்ல வேண்டும். பாபாவின் காலத்திய அறிவியல் சூழலில், இத்தகைய புதுமையான கருத்தை அவர் தெரிவிப்பது 28 வயது இளைஞராக அவர் கொண்டிருந்த தன்னம்பிக்கையின் வெளிப்பாடாக அமைந்திருந்தது. மான்செஸ்டரில் 'வாரயிறுதி நாள் கருத்தரங்கம்' ஒன்று ஏற்பாடாகியிருந்தது. அதில் பாட்ரிக் பிளாக்கெட் *(Patrick Blackett)* (நோபல் பரிசு பெறவிருந்த இவரின் வயது அன்று 39) 'நுண்துகள் மிகை ஆற்றல் சார் கதிரியக்கக் கோட்பாட்டில் *(Quantum theory of Radiation)* குறைகள் உள்ளன என்று கூறினார். மேலும் அவர் அக்குறைகளால் உயர் ஆற்றல் திறனில் இக்கோட்பாடு தவறானதாகிவிடும் என்றார். இதற்குக் காரணமாக அவர், விண்கதிர்களின் கடினப்பகுதியில் எலக்ட்ரான்களைக் காட்டிலும் எடை மிகுந்த துகள் இருக்க வியலாது என்றும் தெரிவித்தார். இக்கருத்தினை ஒரு சவாலாகத் தெரிவித்த பிளாக்கெட், தான் கூறுவது தவறாக இருக்க வாய்ப்பில்லை என்றும் அறிவித்தார். ஆனால் ஒரு சில மாதங்களில் அவர் அச்சவாலைத் திரும்பப்பெற நேரிட்டது. பாபா, தனது ஆய்வுகளுக்காக 1938ஆம் ஆண்டிற்குரிய ஆடம்ஸ் பரிசினைப் *(Adams prize)* பெற்றார்.

பாபாவின் ஊகத்தின் அடிப்படையிலான அத்துகள்கள் எலக்ட்ரான்களுக்கும் புரோட்டான்களுக்கும் இடைப்பட்ட நிறை இயல்பு கொண்டவையாக இருக்க வேண்டும். அவை யாவை?

இது தொடர்பாக ஆய்வுக் கட்டுரையை அவர் எழுதுவதற்கு இரண்டு ஆண்டுகளுக்கு முன்பு ஜப்பானிய இயற்பியலாளர் ஒருவர் கருத்துரு ஒன்றினை வெளியிட்டிருந்தார். அவரின் பெயர் ஹிடெகி யுகாவா *(Hideki Yukawa)*. அவர் வெளியிட்ட கருத்துருவின்படி நேர் மின் புரோட்டான்களையும் மின்னியல்பு இல்லாத நியூட்ரான்களையும் கொண்டிருக்கும் அணுவின் உட்கருவானது தனது கட்டுக்கோப்பான அமைப்பினைப் பெற்றிருப்பதற்கு, அன்று இயற்பியலார் அறிந்திருந்த மின்காந்த விசை, புவிஈர்ப்பு விசை போன்ற விசைகள் எவையும் காரண மில்லை. ஒருவரும் அன்றுவரை அறிந்திராத வேறொரு விசையே காரணம். ஓர் அணு உட்கருவின் நேர்மின் இயல்பு கொண்ட புரோட்டான்களை அங்கு ஒழுங்கமைவு கொள்கின்ற வகையில் அமைக்கும் ஆற்றலானது அதற்குச் சரிசமமாக எதிர்வினை யாற்றும் விசையைச் சந்திக்கும் அளவிற்கு வலுவுடையதாக இருக்க வேண்டும். அத்தகைய விசையானது குறுகிய எல்லைக்

கோட்டிற்குள் செயல்படும் ஆற்றலாகவும் உட்கருவிற்கு வெளியில் வலுவற்றதாகவும் விளங்கும்.

குறுகிய எல்லைக்குள் சிறப்பாக அமைந்திருக்கும் விசை எனின், இடைப்படும் ஆற்றலின் ஆதாரம் பெரும் துகளால் மட்டுமே கிடைத்திருக்கும். தற்காலத்திய இயற்பியல் கருத்துகளின்படி அனைத்து விசைகளும் ஓர் துகளின் இடையீட்டுச் செயல்பாட்டினாலேயே அமைந்துள்ளன. உதாரணமாக 'மின் தூண்டல்' கொண்ட இரண்டு துகள்களுக் கிடையே தோன்றும் 'மின் விசைக் கவர்ச்சி' அல்லது 'மின் வெறுத்தொதுங்குதலுக்கு' இடையீட்டு ஆதாரமாக இருப்பவை ஒளித்துகள்களான ஃபோட்டான்கள் எனக் கருதலாம். ஃபோட்டான்களுக்குப் பொருண்மை நிறை இல்லை. இதனால் மின்காந்த விசைக்கு நீண்ட செயல்படும் எல்லை அமைய லாம். இடையீட்டுத் துகளின் அளவைப் பொறுத்தே அதன் செயல்படும் எல்லையும் அமையும். எனவே, குறுகிய எல்லையினுள் செயல்படும் இடையீட்டுத் துகள்கள் மிகப் பெரியனவாகவே அமைந்திருக்க வேண்டும். அணுக்கரு விசை (வலுவான விசை எனப்படுவது) எலக்ட்ரான்களின் ஆற்றலைக் காட்டிலும் சில நூறு மடங்கு அதிகமானதாக இருக்கும் என யுகாவா தீர்மானித்தார்.

யுகாவாவின் ஆய்வுகள்பற்றிக் கேள்விப்பட்ட பாபா, 1938இல் மற்றொரு ஆய்வுக் கட்டுரையை வெளியிட்டார். அக்கட்டுரையில் அந்தப் புதிய துகளை 'எடைமிகு எலக்ட்ரான்' என்றழைத்தார். மேலும் அணு உட்கருவின் ஆற்றல் பற்றியும் ஒரு கோட்பாட்டினை முன்மொழிந்தார். இதற்கும் மேல், ஐன்ஸ்டீனின் தனித்த சார்புக் கோட்பாட்டினை இத்துகள் களின் தன்மைகளை விவரிக்கப் பயன்படுத்துவது குறித்துச் சிந்தித்தார். அதில் ஒரு குறிப்பிட்ட கால அளவில் பெருந்துகள்கள் பாழ்பட்டுச் சிறிய துகள்களாக மாறுவதை விவரிக்க எண்ணினார். சிறுவயதில், சார்புக் கோட்பாட்டினை அறிந்த காலம் முதலே கால அளவு விரிவடைதலால் தோன்றும் விளைவு களில் அவர் வியப்புடன் கூடிய ஆர்வம் கொண்டிருந்தார். இப்போது புதிதாக உருவகப்படுத்தும் துகள்கள் விரைந்து ஓடும் துகள்களாக அமைவதால் 'கால அளவு விரிவடைதல்' தொடர்பான கருத்தினை விவரிப்பதில் தனது எண்ணங்கள் பயனுடையதாக அமையும் எனவும் கருதினார். ஆய்வாளர்கள் தங்களது சோதனைகளில் பயன்படுத்தும் கால அளவிகளைக் காட்டிலும் பாழ்படும் துகள்கள் 'மெதுவாக ஓடும் கால அளவினைக்கொண்டிருக்கும் எனக் கூறினார். இதற்கு உதாரணமாகக் கூறுகையில் அன்றாட வாழ்வில் மெதுவாக

ஓடும் கைக்கடிகாரத்தைப் பயன்படுத்தும் ஒருவரின் செயல்கள் பிறரின் செயல்களைக் காட்டிலும் மெதுவாகவே அமைந்திருப்பது போன்று தென்படும் எனலாம். பாபாவின் வார்த்தைகளில் கூறுவதெனின், *'ஓய்ந்திருக்கையில்' அத்துகள் தானாகவே பாழ்பட்டு, நேர்மின் ஆற்றலுடைய எலக்ட்ரானாகவும் நியூட்ரினோவாகவும் சிதைவுறும். இவ்விதம் தானாகச் சிதைவுறுதலால்... அத்துகளை ஓர் கடிகாரம் என வர்ணிக்க லாம். எனவே சார்புக் கோட்பாட்டுக் கருத்துரையின்படி ஓய்ந்திருக்கும் வேளையில் சிதைவுறும் கால அளவானது அத்துகள் பாய்ச்சலுடன் ஓடுகின்ற காலத்தைக் காட்டிலும் நீண்டதாகவே தோன்றும்'.*

(Bhabha and his Magnificient Obsessions)

பாசிட்ரான்களைக் கண்டுபிடித்தவரான கார்ல் டேவிட் ஆன்டர்சன் *(CarlDavid Anderson)*, இடையீட்டு ஆற்றலாக ஊகித்துள்ள துகள் தனது நிறை அளவில் எலக்ட்ரான், புரோட்டான் ஆகியவற்றிற்கு இடைப்பட்டதாக விளங்கியதால் அதற்கு மீசோட்ரான் *(Mesotron)* எனும் பெயரிட்டார். பாபா அதே துகளினை மீசோன் *(Meson)* என்றழைத்தார். இது பற்றி 1939ஆம் ஆண்டில் 'நேச்சர்' *(Nature)* ஆய்விதழில் சிறிய ஆய்வுக் கட்டுரை ஒன்றை எழுதினார். அதில் *'விண்கதிர் இயக்கத்தில் கண்டறியப்பட்ட புதிய துகளை ஆன்டர்ஸனும் நெடர்மேயரும் (Anderson and Neddermeyer) அதன் நிறை அளவானது எலக்ட்ரானுக்கும் புரோட்டானுக்கும் இடைப் பட்டதாக உள்ளதால் மீசோட்ரான் எனும் பெயரிட்டு அழைத்தனர். இப்பெயரிலுள்ள 'tr' எனும் ஒலி தேவையற்ற தாக அமைந்துள்ளது. ஏனெனில் 'இடைப்பொருள்' என்பதற்கு கிரேக்க மொழியில் அமைந்துள்ள வேர்ச்சொல் 'meso' என்றே கூறப்படும்; 'neutron', 'electron' எனும் சொற்களில் உள்ள 'tr' ஆனது 'neutr', 'electra' என்பனவற்றின் வேர்ச் சொல்லிலேயே உள்ளன. எனவே தர்க்கரீதியிலும் சிறிய சொல்லாக அமையும் எனும் வகையிலும் 'meson' என்றழைப்பதே 'mesotron' எனப் பெயரிடுவதைக் காட்டிலும் பொருத்தமானதாக அமையும்.*

பாபா கூறிய 'மீசோன்' எனும் பெயர் நிலைத்து நின்றுவிட்டது. இருப்பினும் அத்துகளை அடையாளம் காண்பதில் சிக்கல் நீடித்தது. இங்கு சர்ச்சைக்குரியதாக ஒன்றல்ல, இரண்டு துகள்கள் உள்ளன. அவற்றில் ஒன்று இக்காலத்தில் பை–மீசோன் *(Pi-meson)* அல்லது 'பையோன்' *(Pion)* எனப்படுகிறது. இதனைத்தான் யுகாவா வலுவான விசைக்குரிய இடையீட்டுத் துகளாக ஊகித்திருந்தார். பையோன்களிலிருந்து எலக்ட்ரான்களைக்

காட்டிலும் எடைமிகுந்த மற்றொரு துகளும் தோன்றுகிறது. அவை மு–மீசோன்கள் (*Mumesons*) அல்லது முவோன்கள் (*Muons*) என்றழைக்கப்பட்டன. இந்த முவோன்கள் விண்கதிர்களில் வலுவான பகுதியின் அங்கமாக விளங்கின. இதனை 1936ஆம் ஆண்டு ஆன்டர்சனும் நெடர்மேயரும் கண்டுபிடித்தனர். இருப்பினும் பையோன்களைத் தேடுகின்ற ஆய்வுகள் அடுத்த பத்தாண்டுகள் (1947வரை) நீடித்தன.

இத்தகைய ஆய்வுத் தேடலில் இந்தியாவிற்கும் ஒரு பங்குண்டு. மீசோனைத் தேடிக் காண்பதற்கான சோதனை இன்றைய மேற்கு வங்காளத்தில் டார்ஜிலிங்கிற்கு அருகிலுள்ள மலைகளில் நிகழ்த்தப்பட்டது. இச்சோதனையை மேற்கொண்டவர் தேவேந்திர மோகன் போஸ் (*Debendra Mohan Bose*). இவர் பிபா சௌத்ரியின் (*Bibha Choudhury*) மாணவர். தேவேந்திர மோகன் போஸ், கல்கத்தாவின் போஸ் நிறுவனத்தில் இயக்குனராக இருந்தவர். பரிசோதனைக்கென இவரது குழுவினர் புகைப்படப் பதிவிற்கான எமல்ஷன் தகடுகளை மூன்று மலை உச்சிகளில் பொருத்திவைத்தனர். இவற்றின் மூலம் விண்ணில் விசைமுடுக்குப் பெற்றுத் தங்களது பாதைகளில் பயணிக்கத் தொடங்கும் விண்கதிர்களைப் பதிவிட முயற்சி செய்தார்கள். அவ்விடங்கள் எளிதில் செல்லக்கூடிய இடங்களன்று. அங்குக் குதிரைகளில் ஏறித்தான் செல்ல முடியும். அவ்விடங்களுக்கு அவர்கள் அவ்வப்போது சென்று விசைமுடுக்குப் பெற்று வரும் கதிர்களின் பதிவுகளை ஆய்வுசெய்தனர். இதனால் பலதுகள்களின் பண்புகளை அவர்கள் அறிய முடிந்தது. குறிப்பாக இரண்டு மாறுபட்ட எடைமிகு துகள்கள் அமைந்திருந்ததைக் கண்டுபிடித்தார்கள். அக்கண்டுபிடிப்பினை 1941ஆம் ஆண்டு 'நேச்சர்' ஆய்விதழில் வெளியிட்டார்கள். இவர்களின் பதிவுகள் கண்ணாடித் தகடுகளின் ஒரு புறத்தில் புகைப்பட எமல்ஷன் தடவப்பட்டிருந்ததால் பெறப்பட்ட நிறப்புள்ளிகள் ஆகும். இத்தகைய பதிவுகள் ஆய்வு உலகினை ஏற்றுக்கொள்ளச் செய்வதாக அமைந்திருக்கவில்லை. அன்று உலகப் போர் நிகழ்ந்துகொண்டிருந்ததால் தேவையான ஆய்வுப் பொருட்களைப் பெறுவது சிரமமாக இருந்தது. இந்நிலையில் இவர்களது கண்டுபிடிப்புகள் உரிய அங்கீகாரத்தைப் பெற இயலவில்லை. பிறகு 1947இல் சிசில் பவர் (*Cecil Power*) பியான்களைக் கண்டுபிடித்தார். தனது ஆய்வுகளைப் பற்றி அவர் எழுதிய நூலில் சௌத்ரியும் போஸும் டார்ஜிலிங் மலைகளில் மேற்கொண்டிருந்த ஆய்வுகளில் பியான்களையும் மூவான்களையும் கண்டுபிடித்திருக்க வேண்டும் என்று தெரிவித்துள்ளார். (மான்செஸ்டரில் தனது பி.எச்.டி படிப்பினை நிறைவு செய்த பிபா சௌத்ரி 1950இல் பம்பாயில் உள்ள பாபா ஆய்வு நிறுவனத்தில் பணியமர்ந்தார்.)

சார்புக் கோட்பாட்டினைத் தொடர்புப்படுத்தி பாபா மேற்கொண்ட ஆய்விற்கு உரிய அங்கீகாரம் கிடைப்பதில் சிரமமிருந்தது. அவர் கால நீட்டிப்பு விளைவினை பையான்களுக்கு ஊகித்திருந்தாலும் மூவான்களே அதிக எண்ணிக்கையில் கண்டறியப்பட்டன. இருப்பினும் மூவான்களின் அழிவில் கால நீட்டிப்பு விளைவினைத் தொடர்புபடுத்தி பாபா குறிப்பிட்ட செய்திகள் பாடநூல்களில் இடம்பெறவில்லை. பாபா ஏற்கெனவே, மூவான்கள் எதிர்பார்த்த வேகத்திலில்லாமல் மெதுவாக அழிந்துவிடும் என்று கூறியிருந்தார். அன்று அவர் கூறிய அக்கருத்து இன்று நேரடியாகக் காண்பதை விளக்குவது போன்று அமைத்திருந்தது. இதனாலேயே தரைமட்ட அளவில் பல மூவான்கள் அழிந்துவிடாமல் தென்பட்டதை அறியவும் முடிந்தது. இக்கண்டுபிடிப்புகள் 'ஐன்ஸ்டீனின் கால நீட்டிப்பு விளைவினை'[1] உறுதிப்படுத்துவதாக இருந்தன. பாபாவின் கண்டுபிடிப்புகளைப் பற்றி ஜார்ஜ் கிரீன்ஸ்டீன் (George Greenstein) தனது கட்டுரையில் பின்வருமாறு எழுதினார்: *ஐன்ஸ்டீன் தனது அழகிய கோட்பாட்டினை வடிவமைத்தபோது அதனைச் சிறிய அளவிலேனும் சோதித்துப் பார்ப்பதற்கு வாய்ப்பில்லாமல் இருந்தது. அதனைச் சோதனை செய்து காண வேண்டுமெனின் இயலாத வேகத்தில் அளவீட்டில் ஓர் 'கால அளவி'யினை ('clock') முடுக்கிவிட்டுச் செயல்படச் செய்திருக்க வேண்டும். பல பத்தாண்டுகளாக அம்முயற்சி யானது மேற்கொள்ளப்படாமலேயே இருந்தது. அவ்வகையில் அவரின் கோட்பாடு நிரூபிக்கப்படாமல் ஏற்றுக்கொள்ளப் பட்டதாக அமைந்திருந்தது. பாபாவின் ஆழ்ந்த புரிதல் கொண்ட ஆய்வுகள் ஐன்ஸ்டீனின் ஊகத்திற்கான முதல் பரிசோதனைகளாக விளங்கின. இவ்வகையில் பாபாவின் கண்டுபிடிப்பு இரு வகைகளில் பெரும் வெற்றியானது.*

மீசோன் குறித்த கோட்பாடுகளின் பல அம்சங்கள் பற்றியும் ஒரே நேரத்தில் பாபா ஆய்வுகள் மேற்கொண்டார். இவை தொடர்பான கட்டுரைகளை இயற்பியலாளர்கள் பலரும் மிகவும் பாராட்டினார்கள். பாபா கேம்பிரிட்ஜில் ஆய்வுகள் மேற்கொள்ளுகையில் ஐரோப்பாவிற்குப் பலமுறை சென்றதுண்டு. அங்கு தனது முனைப்பான முயற்சிகளால் நீல்ஸ் போர் *(Niels Bohr)*, என்ரிகோ ஃபெர்மி *(Enrico Fermi)*, உல்ஃப்காங் பாலி *(Wolfgang Pauli)*, ஹென்டிரிக் கிரேமர்ஸ் *(Hendrik Kramers)* போன்ற பல புகழ்பெற்ற இயற்பியல் விஞ்ஞானிகளுடன் தொடர்புகள் ஏற்படுத்திக்கொண்டார். இந்த நட்புத் தொடர்புகள் அணுவிசை தொடர்பான உலக அரசியல் விவாதங்களில்

1. *Einstein's 'Time dilation effect'*

பங்குபெறுவதற்கான வாய்ப்புகளை அவருக்கு ஏற்படுத்தித் தந்தன. இவ்வகை அரிய தொடர்புகளை இந்தியாவிற்குத் திரும்பிய பிறகும் தொடர்ந்து காப்பாற்றிவந்தார். இக்காரணங்களாலேயே அணுசக்தியின் அமைதிவழிப் பயன்பாடு எனும் தலைப்பில் *1955*ஆம் ஆண்டு நடைபெற்ற முதல் ஐ.நா. சபைக் கருத்தரங்கில் புதிதாகச் சுதந்திரம் பெற்ற இந்தியாவிலிருந்து பாபா அவர்கள் தலைவராகப் பங்கேற்றது சாத்தியமானது.

விண்கதிர்கள், அணுவியல் போன்றவற்றில் பாபா தீவிரமான ஈடுபாடு கொண்டு செயல்பட்டதால் ஓவியக் கலை, இசை போன்ற துறைகளில் தான் கொண்டிருந்த ஈடுபாட்டினை நிறுத்திக்கொண்டார் என்று தோன்றலாம். ஆனால் அப்படி நிகழவில்லை. அவரின் அறிவியல் ஆய்வு ஈடுபாடுகள் கலைத்துறை தொடர்பான செயல்பாடுகளில் அவரது ஆர்வத்தினைப் பாதிக்கவில்லை. காவன்டிஷின் கிறிஸ்துமஸ் நாளுக்கு முந்திய இரவு விருந்தானது புகழ்பெற்ற ஒரு நிகழ்வு. மாணவர்கள் உரிய ஏற்பாடுகள் செய்து அதை நடத்துவார்கள். *1938*ஆம் ஆண்டு சிறப்பு விருந்தினராக ஆஸ்டின் பிரபு வருகை புரிந்திருந்தார். அவர், ஆய்வு நிலையத்திற்குக் கணிசமான தொகையை நன்கொடை அளித்திருந்ததார். அவ்விருந்தில் பல புகழ்பெற்ற இயற்பியல் விஞ்ஞானிகள் கலந்துகொண்டார்கள். குறிப்பாக எலக்ட்ரான்களைக் கண்டுபிடித்த ஜே.ஜே. தாம்ஸன் பங்குபெற்றார். விருந்தின் இறுதியில் தான் வரைந்திருந்த முழு அளவு உருவப்படத்தினை பாபா, ஆஸ்டின் பிரபுவிற்குப் பரிசாக அளித்தார். இந்நிகழ்ச்சியே காவன்டிஷில் பாபா பங்குபெற்ற கடைசி கிறிஸ்துமஸ் விருந்தாகும்.

அன்று உலகம் முழுவதும் இன்னல்கள் மிகுந்த காலமாக அமைந்திருந்தது. அவ்வேளையில் ஏற்பட்டிருந்த பொருளாதார வீழ்ச்சி உலக நாடுகள் அனைத்திலும் சமூக – பொருளாதார பாதிப்பினை ஏற்படுத்தியிருந்தது. இப்பாதிப்பின் பின்விளைவுகள் பாபா உட்பட அனைவருக்கும் தெளிவாகத் தெரிந்தே இருந்தன. பாபா, வசதியான குடும்பத்தில் பிறந்தவரானதால் தனிப்பட்ட முறையில் அவருக்கு எந்தப் பாதிப்பும் இல்லை. அன்றைய அரசியல் எழுச்சிகள், குறிப்பாக ஜெர்மனியில் ஹிட்லரின் வளர்ச்சி அவருக்கு அதிர்ச்சி தருவதாக இருந்தது. பாபா சமதர்மக் கோட்பாட்டினர் சங்கத்தில் அப்போது உறுப்பினர் ஆனார். டாடா குடும்பத்தில் ஒரு சிலரும் சமதர்மக் கோட்பாடு கொண்டவர்களாக விளங்கினார்கள். ஜம்ஷெட்ஜி டாடாவின் குடும்பத்தினராகிய ஷபுர்ஜி சக்லட்வாலா இரண்டு முறை பிரிட்டன் நாடாளுமன்றத்தின் உறுப்பினராக இருந்திருக்கிறார். முதல்முறை தனித்துப் போட்டியிட்ட லேபர்

கட்சியின் எம்.பி.யாகவும் இரண்டாவது முறை பிரிட்டனின் பொதுவுடைமைக் கட்சியின் உறுப்பினராகவும் அவர் இருந்தார்.

ஜே.டி. பெர்னால், கேம்பிரிட்ஜின் இயற்பியலாளர். அவர் புகழ்பெற்ற மார்க்ஸிய வரலாற்றறிஞரும்கூட. இவரிடம் பாபா மிகுந்த மதிப்பு கொண்டிருந்தார். 'அறிவியல் உண்மைகள் சமுதாயத்தின் மீது மிகுந்த தாக்கத்தை உண்டாக்குகின்றன' என்பது பெர்னாலின் கருத்து. 'அத்தகைய சமுதாயம் அதன் பின் அறிவியல் ஆய்வுகளின்மீது தனது ஆதிக்கத்தைச் செலுத்துகிறது' எனவும் அவர் கூறினார். 'அறிவியலைச் சமுதாயத்தின் வலுவுடைய சக்திகள் தங்களது நலனுக்காகவும் ஆட்சி செய்பவர்கள் அவர்களது நன்மைகளுக்காகவும் பயன்படுத்திக் கொள்கிறார்கள்' என்றார். வெகுஜன மக்களுக்கு அறிவியலால் கிடைக்கும் நன்மைகள் மிகக் குறைவே என்றும் அவர் கருதினார். பாபா உட்பட அறிவியல் உலகு சார்ந்த பலரும் பெர்னாலின் அறிவியல் தொடர்பான சமூகநலன் சார்ந்த பார்வையினை வியந்து பாராட்டினார்கள். அவரது கருத்துகள் 'பெர்னாலிசம்' என அறியப்பட்டன. அறிவியலானது தனது இயல்பால் உலக மக்களுக்குப் பயன்தரக்கூடியது என்றார் பெர்னால். குறிப்பாக, நவீன உலகின் பிரச்சினையாகிய வறுமை போன்றவற்றை நன்கு திட்டமிட்ட அறிவியல் ஆய்வுகள் நீக்கிவிட இயலும் எனக் கூறினார். இத்தகைய கருத்துகள் வருங்காலத்திய சுதந்திர இந்தியாவிற்கான அறிவியல் – தொழில்நுட்பம் சார்ந்த பாபாவின் எண்ணங்களுக்கு வடிவம் கொடுப்பதில் துணை செய்தன.

பெங்களூரில் ஹோமி பாபா

ஒவ்வோர் ஆண்டிலும் கோடை விடுமுறையில் இந்தியாவிற்கு வருகை தரும் பாபா, ஒரு சில மாதங்களில் ஐரோப்பாவிற்குத் திரும்பும் எண்ணம் கொண்டிருப்பார். அதேபோலத்தான் 1939ஆம் ஆண்டிலும் இந்தியாவிற்கு வந்திருந்தார். ஆனால் இம்முறை செப்டம்பர் மாதத்தில் இரண்டாவது உலகப் போர் தொடங்கிய காரணத்தால் அவர் தனது திட்டத்தை மாற்றிக்கொள்ள வேண்டியதாகிவிட்டது. இங்கிலாந்திற்குத் திரும்பிச் செல்லும் பயணத்தைத் தள்ளிவைக்க நேரிட்டது. பாதுகாப்பைத் தாண்டி வேறொரு காரணமும் இருந்தது. பல விஞ்ஞானிகள் அடிப்படை ஆய்வுகளில் கவனம் செலுத்த இயலாமல் போர் தொடர்பான செயல்பாடுகளில் ஈடுபடும் சூழல் அன்று ஏற்பட்டிருந்தது. இதனால் இங்கிலாந்திற்குத் திரும்புவது அவ்வளவு உசிதமானதாகப் பாபாவிற்குத் தெரியவில்லை. இக்காரணத்தினாலேயே அவர் தனது பயணத்தை மேலும் ஆறு மாதங்கள் தள்ளிவைக்க எண்ணம் கொண்டார். அதற்குள் போர் முடிவிற்கு வந்துவிடும் என்று கருதினார்.

பாபா சுறுசுறுப்பான செயல்வீரர். இங்கிருக்கும் வேளையில் பல இந்திய இயற்பியலாளர்களைத் தொடர்புகொண்டார். சி.வி. இராமன் பாபாவை பெங்களூருவின் இந்திய அறிவியல் நிறுவனத்திற்கு (Indian Institute of Science, IISC) வருகைபுரியும்படி அழைப்பு விடுத்தார். பாபா அந்த அழைப்பினை ஏற்றுக்கொண்டார். அவ்வேளையில் IISC இக்கட்டான சூழலில் இருந்தது. அந்நிறுவனத்தின் முதல் இந்திய இயக்குநரான சி.வி. இராமனுடன் நிறுவனத்தின் ஆட்சிக் குழு முரண்பட்டிருந்தது. இயற்பியல்,

வேதியியல் துறைகளுக்கிடையே பல கருத்து வேறுபாடுகள் இருந்தன. 1937ஆம் ஆண்டில் இயக்குநர் பதவியிலிருந்து நீக்கப்பட்ட இராமன், இயற்பியல் துறையின் தலைவராக மட்டுமே செயல்படப் பணிக்கப்பட்டார். அதற்கு இரண்டு ஆண்டு களுக்குப் பின் பாபா அங்கு சென்றிருந்தார்.

1940ஆம் ஆண்டில் பாபாவிற்கு முதலாவதாக இயற்பியல் துறையின் ரீடர் பதவி அளிக்கப்பட்டது. அப்பதவி ஆறு மாத காலத்திற்கானது. பாபா மார்ச் 1940இல் 'நேச்சர்' இதழில் வெளியிட்ட தனது ஆய்வுக் கட்டுரை உட்படப் பல கட்டுரை களில் தனது முகவரி 'தற்போது IISC யில்' என்று குறிப்பிட்டிருந்தார். அவர் அங்கிருந்த காலத்தில் விண்கதிர்கள் தொடர்பாக 25 விரிவுரைகள் நிகழ்த்தினார். அதன் பிறகு 'டாடா அறங்காவலர் குழு' (Tata Trust) அவரை மேலும் ஐந்து மாதங்கள் தொடர்ந்து பணிபுரிய அனுமதித்தது. IISCயில் பாபா தனது ஆய்வுத் திட்டத்தைத் தொடங்குவதற்கு சர் டோரப் டாடா அறக்கட்டளை அவருக்கு நிதியுதவியளிக்க முன்வந்தது. அந்த நிதியைக் கொண்டு பாபா தனது 'விண்கதிர் ஆய்வு மையம்' ஒன்றை அங்கு அமைத்துக்கொண்டார். IISC எனும் 'இந்திய அறிவியல் நிறுவனத்தை' 1911ஆம் ஆண்டில் தொடங்கியவர் ஜாம்ஷெட்ஜி டாடா. இதன் காரணமாகவே அதன் ஆட்சி, ஆலோசனைக் குழுவில் டாடா குடும்பத்திலிருந்து ஒருவர் உறுப்பினராக இடம் பெற்றிருந்தார். ஹோமி பாபாவின் பாட்டனாரும் தந்தையாரும் அக்குழுவின் உறுப்பினர்களாகப் பணியாற்றி யுள்ளனர்.

சி.வி. இராமனும் டாடா அறக்கட்டளைக் குழுவிடம் அணுவியல் ஆய்வுகளுக்கென நிதியுதவி கேட்டிருந்தார். ஏற்கெனவே இத்தகைய ஆய்விற்கென கல்கத்தாவின் மேக்நாத் சாஹாவுக்கு உதவி அளித்துள்ளதைச் சுட்டிக்காட்டிய அக்குழு இராமனின் கோரிக்கையை நிராகரித்தது. சாஹா, இராமன் ஆகிய இவருக்குமிடையே கருத்து வேற்றுமைகள் தோன்றின. இதனால் இந்திய அறிவியல் ஆய்வுகள் பலவற்றிலும் பாதிப்புகள் தோன்றின. இவர்கள் இருவருக்கும் இடையிலான பிரச்சினைகள் 1930களின் பிற்காலத்திலேயே தோன்றியிருந் திருக்க வேண்டும். 1920களில் வாயுக்களில் அயனிகளாக்கம் தொடர்பாக மேக்நாத் சாஹா மேற்கொண்டிருந்த ஆய்வுகளும் அவற்றால் நிகழ்ந்த கண்டுபிடிப்புகளும் உலகை வியக்கச் செய்தன. இக்கண்டுபிடிப்புகள் விண்–இயற்பியலில் (Astrophysics) ஒரு புதிய பாதையினைத் திறந்துவிட்டன எனலாம். 1938இல் கல்கத்தாவில் பணிபுரியத் தொடங்குவதற்கு முன் சாஹா அவர்கள் அலகாபாத் பல்கலைக்கழகத்திலிருந்தார். அதே ஆண்டில் அவர் IISCயின் ஆலோசனைக் குழுவிலும் இடம்பெற்றார்.

கல்கத்தாவிலிருந்த வேளையில் பாபாவைத் தொடர்புகொண்டு கல்கத்தா பல்கலைக் கழகத்திற்கு வரும்படியும் 1940ஆம் ஆண்டு ஏப்ரல் மாதத்தில் 'விண்கதிர் இயற்பியலில்' விரிவுரைகள் நிகழ்த்தும்படியும் அழைப்புவிடுத்தார். அதற்கென சாஹா எழுதிய கடிதத்தில், *'நானும் எனது மாணவர்களும் தங்களை நேரில் சந்திக்க மிகுந்த ஆவல் கொண்டுள்ளோம். விண்கதிர்கள் பற்றி உங்களிடம் முழுமையாக விவாதிக்க விரும்புகிறேன்'* எனக் குறிப்பிட்டிருந்தார். மேலும் அவர் அக்கடிதத்தில், *'ஜூலை மாதத்தில் கல்கத்தாவில் நல்ல மழை இருக்கும். தாங்கள் பம்பாய்க்காரர் என்பதால் அதனைப் பொருட்படுத்த மாட்டீர்கள் எனக் கருதுகிறேன்'* என்றும் விவரித்திருந்தார். 'இங்கு வருகையில் விடுப்பு நாட்களில் டார்ஜிலிங் செல்லலாம். அங்கு விண்கதிர்கள் தொடர்பாக ஆய்வுகள் மேற்கொள்ள லாம்' என்றெல்லாம் சாஹா தெரிவித்திருந்தார். பாபா இந்த அழைப்பினை ஏற்றுக்கொண்டு, 1940, டிசம்பரில் கல்கத்தாவில் சில விரிவுரைகள் நிகழ்த்தினார்.

சாஹாவின் முயற்சியால் அலகாபாத், கல்கத்தா பல்கலைக் கழகங்கள் பாபாவிற்கு 'ரீடர்' பதவி அளிக்க முன்வந்தன. இருப்பினும் பாபா, அந்த இரண்டு இடங்களிலும் உள்ள வெப்பச் சூழ்நிலையைக் கருதியும் *'ஓர் முன்னோடியாக இயற்பியல் ஆய்வு மையத்தை அமைப்பதற்கு அங்கு வாய்ப்பில்லை'* என்று எண்ணியதாலும் அந்த அழைப்பை ஏற்றுக்கொள்ளவில்லை. *(Building Scientific Institutions in India: Saha and Bhabha)*

பாபாவின் மேல் திடீரென ஆர்வம் கொண்ட சி.வி. இராமன் பாபா அங்கு விண்கதிர் ஆய்வு மையம் அமைப்பதற்கு உதவ முன்வந்தார். முதலாவதாக அந்த மையம் நூலகத்திற்கு அருகிலிருந்த தாழ்வாரத்தில் அமைக்கப்பட்டது. ஆய்வுகளில் நன்கு ஆர்வமும் ஈடுபாடும் கொண்ட மாணவர்களையும் ஆய்வாளர்களையும் பாபா தேர்ந்தெடுத்துக்கொண்டார்.

கலையார்வம் கொண்டிருந்த பாபா, கலை வேலைப்பாடு களைக் காண்பதற்கென பெங்களூரின் சுற்றுவட்டாரப் பகுதி களைப் பார்வையிட்டார். அப்போது அவர் பேளூர், ஹலேபிடு போன்ற இடங்களின் கோயில்களில் உள்ள கலைவண்ணம் மிகுந்த பொருட்களைக் கண்டார். குறிப்பாக இந்தியாவின் பல இடங்களின் கலைப் பொருட்கள், கட்டிடக் கலை ஆகிய வற்றின் வரலாற்றை அறிவதில் ஆர்வம் கொண்டிருந்தார். இந்தியாவிற்குத் திரும்பிய பின் அவர் எலிஃபன்டா, அஜந்தா குகைகள், எல்லோரா, சாஞ்சி, ஃபதேபூர் சிக்ரி போன்ற இடங்களுக்குச் சென்றார். அங்கே கண்டவற்றைச் சித்திரங் களாகவும் வரைந்து கொண்டார். ஜெர்மனியின் கேலிச்சித்திர

வரைபடக் கலைஞர் ருடால்ஃப் வான் லீடன் இந்தியாவில் தஞ்சம் புகுந்தவர். இவர் வரலாறு, கட்டிடக்கலை போன்றவற்றில் பாபாவின் ஆர்வம் பற்றிக் கூறுகையில் *'தில்லி நகரின் அழகினை நன்கு உணர்ந்தவர் பாபா. தனக்கு ஓய்வு கிடைக்கும் வேளைகளிலெல்லாம் அவர் ஹாஸ் காஸ், லோடியின் கல்லறை, ஷெர்ஷாவின் புரானா கிலா பள்ளிவாசல் போன்ற இடங்களுக்குச் சென்று அவ்விடங்களின் அழகில் மயங்கி யிருப்பதுண்டு'* எனக் கூறியுள்ளார். புராதனக் கலை வடிவங் களில் பாபா கொண்டிருந்த ஆர்வம் மிகத் தீவிரமானது. அவரின் ஈடுபாட்டின் தன்மையினைப் பெங்களூருவிற்கு வருகை புரிந்திருந்த ஆங்கிலேய இயற்பியலாளர் சிசில் பவல்–லிடம் அவர் விவரித்துக் கூறிய வார்த்தைகளில் காணலாம். பேளூர் – ஹாலேபிடு போன்ற இடங்களில் கலைப் படைப்புகள் பழைய இந்திய பாணியிலானவை கிடையாது; இவை ஐரோப்பாவின் பரோக்கிய *(Baroque)* பாணியிலானவை என்றார். இத்தகைய எளிய கலை வடிவம் இந்தியாவில் வேறெங்கும் இல்லை என்றும் கூறினார். நவீன கட்டடக் கலையில் ஆர்வம் கொண்டிருந்த பாபா அதனை பம்பாயில் தனது நிறுவனக் கட்டடங்களை வடிவமைப்பதிலும் வெளிப்படுத்தினார். சுதந்திரத்திற்குப் பிறகு இந்தியாவில் கட்டப்படும் அலுவலகக் கட்டடங்களின் வடிவமைப்பில் கலைநயம் இல்லை என பாபா வருத்தப்படுவதுண்டு. ஒருமுறை புரானா குய்லாவின் கோட்டையில் நின்றுகொண்டிருக்கையில் இந்திய நகரமைப்புப் பற்றிப் புலம்பியதைக் குறிப்பிட்டுள்ளார். வரலாறு தெரியாத, கலையார்வம் சிறிதும் இல்லாத கட்டடக் கலைஞர்களால் அரசுக் கட்டடங்கள் தோன்றுவதாகக் கூறி வருந்தியதாக ருடால்ஃவான் லீடன் கூறியுள்ளார். அன்றைய கட்டடங்களில் சிதைவுற்று அமைந்திருந்த மூலைப் பகுதிகளின் குடை அமைப்புகள்கூட அழகுடன் இருந்தன என்றார்.

இசை பாபாவிற்கு ஆறுதல் தருவதாக இருந்தது. இது பற்றிக் கூறிய அவரின் சகோதரர் ஜாம்ஷெட் பாபா, *'மற்றவர் களுக்கு மதச் சடங்குகளும் வழிபாடும் எவ்விதம் ஆறுதலும் ஊக்கமும் தருகின்றனவோ அதேபோன்ற உணர்வுகளை இசையின் மூலம் பாபா பெற்றார்'* என்றார். ஞாயிற்றுக்கிழமை காலை நேரங்களில் பசவன்குடியில் நிகழும் பாரம்பரிய இசை நிகழ்ச்சிகளுக்கு பாபா செல்வதுண்டு. அவ்வேளைகளில் விக்ரம் சாராபாய் அவருடனிருப்பார். சாராபாய் அகமதாபாத்தில் புகழ்பெற்ற தொழிலதிபர்கள் குடும்பத்தில் பிறந்தவர். பாபாவைக் காட்டிலும் பத்து ஆண்டுகள் இளையவர். இயற்பியல் பட்டப் படிப்பிற்கென கேம்பிரிட்ஜ் சென்றிருந்தார். அங்கு அவர் 1940இல் உயர் பட்டப்படிப்பிற்கான தேர்வுகளில் தகுதி

பெற்றிருந்தும் உலகப் போரின் காரணமாக முதுநிலை வகுப்புகளில் பயில இயலவில்லை. அவர் மீண்டும் இந்தியா திரும்பினார். இந்தியாவில் இராமனிடம் பி.எச்.டி ஆய்வுப் பட்டப் படிப்பில் சேர்ந்தார். விண்கதிர்கள் பற்றிய ஆய்வுகளை மேற்கொண்டார். கலிபோர்னியா தொழில்நுட்ப நிறுவனத்தின் ராபர்ட் மில்லிகன் 1940இல் இந்தியாவில் நிகழ்த்திய விரிவுரையானது பாபாவிற்கு விண்கதிர்கள் பற்றிய ஆய்வில் ஆர்வம் ஏற்பட முக்கியக் காரணமாக அமைந்தது *'Cosmic rays'* எனும் பெயரை விண்கதிர்களுக்கு ஏற்படுத்தியவர் மில்லிகன்.

விண்கதிர்களைப் பலரும் துகள்கள் என்று கருதிய வேளையில் மில்லிகன் அவற்றை ஆற்றல் மிகுந்த காம்மா கதிர் ஃபோட்டான்கள் என்றார். துகள்கள் என்பதற்கும் ஃபோட்டான்கள் என்பதற்கும் உள்ள வேறுபாடு யாதெனின் ஃபோட்டான்களில் அவற்றின் தொடர் இயக்க அளவீடானது புவியின் நிலக்குறுங்கோட்டிற்கு ஏற்ப மாறாது. ஆனால் துகள்களில் அளவீடு மாறும். அதற்குக் காரணம் புவியின் காந்தப் புலம். மின்னியல்பு பெற்ற துகள்கள் அவற்றிலுள்ள ஆற்றலின் அளவிற்கேற்ப விலகல் பெறும். இவ்விலகலின் அளவு வெவ்வேறு நிலக்குறுங்கோடுகளைச் சார்ந்தது. இக்காரணத்தினாலேயே காம்ப்டனும் மில்லிகனும் உலகின் பல்வேறு பகுதிகளுக்கும் சென்று ஆய்வுகள் மேற்கொண்டனர். அவர்கள் இந்தியாவிற்கும் வந்திருந்தனர். இங்கு அவர்கள் தரவுகளைச் சேகரித்ததோடு 'நிலக்குறுங்கோட்டின் விளைவுகள்' இங்கு உள்ளதா என ஆய்வு மேற்கொண்டனர். இந்த ஆய்வுகளால் விண்கதிர் தொடர் இயக்க அளவானது புவியின் நிலக்குறுங்கோட்டினைப் பொறுத்து மாறுபடும் என்பது உறுதியாயிற்று. எனவே விண்கதிர்களில் மின்தூண்டல் பெற்ற துகள்களே உள்ளன என்பதும் உறுதியாயிற்று.

மில்லிகனின் பெங்களூர் வருகையின் விளைவாய் இராமனும் சாராபாயும் விண்கதிர்கள் குறித்து ஆய்வுகள் செய்வதற்குத் தென்னிந்தியா சரியான இடம் என உணர்ந்தனர். இந்தியாவின் தெற்குமுனைப் பகுதிக்கு அருகிலேயே காந்த விசையுடைய புவியின் நடுக் கிடைக்கோடு *(Equator)* செல்கிறது. எனவே புவியின் மேற்பகுதியிலுள்ள நிலக்குறுங்கோட்டுப் பகுதிகளைக் காட்டிலும் இங்கு விண்கதிர் ஆய்வுகள் மேற்கொள்ளுவதால் ஆர்வமூட்டும் விளைவுகளை அறிந்திட வியலும். சாராபாய் இதற்கென கீஜர் கருவி *(Geiger Counter)* ஒன்றினைக் கண்டறியும் கருவியாக இப்பகுதியில் நிறுவி ஆய்வுகள் மேற்கொண்டார். அதன் முடிவுகளை தனது முதல் ஆய்வுக் கட்டுரையாக 1941ஆம் ஆண்டு நடைபெற்ற இந்திய அறிவியல் கழகத்தின் மாநாட்டில் சமர்ப்பித்தார்.

பாபா, சாராபாய் ஆகிய இருவருக்கும் விண்கதிர் ஆய்வுகள் தவிரப் பிறவற்றிலும் ஒரே மாதிரியான ஆர்வம் உண்டு. அன்று இந்தியாவின் பெரும்பாலான விஞ்ஞானிகளும் மாணவர்களும் தென்னிந்தியா அல்லது கிழக்குப் பகுதிகளைச் சார்ந்தவர்கள். ஆனால் இவர்கள் இந்தியாவின் மேற்குப் பகுதியினர். இருவரும் வசதி படைத்த தொழிலதிபர்களின் குடும்பத்தினர். கேம்பிரிட்ஜில் பயின்றவர்கள். எனவே இவர்கள் ஒற்றுமையுடன் செயல்பட்டதில் வியப்பேதுமில்லை. மாலை நேரங்களை இவர்கள் இணைந்து ஆடம்பரமான 'வெஸ்ட் என்ட்' ஹோட்டலில் செலவிட்டனர். (பின்னாட்களில் பெங்களூர் வரும் வேளை களில் பாபா இங்கு தங்குவதை வழக்கமாகக் கொண்டிருந்தார்.) இங்கு அவர்கள் தங்களின் உள்ளூர் நண்பர்களைச் சந்திப்பதுண்டு. அத்தகைய நண்பர்களில் ஒருவர் இலங்கையைச் சேர்ந்த கவர்ச்சியான பெண் அனில் டி சில்வா. அன்றைய நாட்களை நினைவுகூரும் சிவராஜ் ராமசேஷன் (இவர் இராமனின் உறவு வழி மருமகன்), இவர்களை அன்றைய கேலி பேசும் நடுத்தரக் குடும்பத்துக் கட்டுபாடுகள் கொண்ட பிராமணர்கள் பொறாமையுடன் காண்பதுண்டு எனத் தெரிவித்துள்ளார். அவர்கள் பாபாவின் பணி சார்ந்த பழக்கவழக்கங்களையும் வித்தியாசமானவையாகவே கண்டிருப்பார்கள். பாபா இரவில் நீண்டநேரம் விழித்திருந்து ஏதேனும் செய்துகொண்டிருப்பார். மறுநாள் மதிய நேரத்தில் தனது காரில் ஆய்வகத்திற்கு வருவார்.

பாபாவின் நடை உடை பாவனைகள் பிறரை பிரமிக்கச் செய்வதாகவேயிருக்கும். அவரைப் பற்றி ஜார்ஜ் கிரீன்ஸ்டீன் தனது கட்டுரை ஒன்றில், *'வெளிநாட்டில் ஒரு முறை அவருடன் உணவருந்தச் சென்றிருந்த ஒருவர் தனது அனுபவத்தைக் கூறுகையில், பாபா தன்னுடன் ஒரு உதவியாளரையும் அழைத்துவந்திருந்தார். அவ்வுதவியாளரின் ஒரே வேலை உணவகத்தில் சாப்பிட்டு முடித்தவுடன் பணம் அளிப்பது மாத்திரமே எனக் கூறியிருந்தார். பொது இடங்களில் பைக்குள் கை விட்டுப் பணம் எடுத்துத் தருவது மதிப்பிற்குரிய கனவான்களுக்கு அழகல்ல என்பதே இதற்குக் காரணம்' எனத் தெரிவித்தார்.*

இயற்பியலாளர் மேக்ஸ் பானின் *(Max Born)* மகனான கூஸ்டாஃப் பான் *(Gustav Born)* (இவர் *IISC*யின் வருகைப் பேராசிரியர்), பாபா பெங்களூரில் தங்கியிருந்ததை நினைவு கூர்ந்து பின்வருமாறு எழுதினார்: *"அவரது வட்டவடிவமான தெளிந்த தன்மையுடைய முகம், அன்பான பார்வை, இடது தோளை அவர் அசைக்கும் பாங்கு போன்றவற்றை நினைத்துப் பார்க்கிறேன். அவரது உடனடி கவனிப்பு, திறந்த மனப்பாங்கு, அறிவார்ந்த விமர்சனங்கள், பொறுமை, அனைத்து மக்களுடனான நட்புணர்வு ஆகிய அனைத்தையும் நினைத்துப் பார்க்கிறேன்.*

தன்னை உயர்வாகக் கருதக்கூடிய தனது உதவியாட்கள் ஒருவரையும் அவர் கடிந்து பேசியதில்லை. பெரிய மனதுடையவர். 1944இலிருந்து 1945வரையிலான காலத்தில் கன்னிங்ஹாம் சாலையில் அவருடன் இரண்டு முறை தங்கியிருக்கிறேன் பளிச்சென்று தோற்றமளிக்கும் அவரது பெரிய பங்களா வீடு எனது நினைவில் முழுமையாகவே உள்ளது. அதன் நுழைவுப் பகுதி அகன்றது. உயர்ந்த மேற்கூரை கொண்ட வரவேற்பறை. முசோலினி போன்ற பாவனையில் நுழைவாயிலுக்கு நேர் எதிரில் பாபா அமர்ந்திருப்பார்." (A Masterful Spirit)

1941இல் இராமன் பாபாவை ராயல் சொஸைட்டியின் மதிப்புமிகு உறுப்பினராவதற்கு *(Fellowship)* முன்மொழிந்தார். அப்பரிந்துரையில் *'பாபா அசாதரணமான இயற்பியலாளர். அவரது ஆய்வுகள் உன்னதமானவை'* எனக் கூறியிருந்தார் *(Nucleus and Nation)*. இம் முன்மொழிவினை பால் டிராக் வழிமொழிந்திருந்தார். இளைஞராக 32 வயதிலேயே பாபா அந்நிலைக்குத் தேர்ந்தெடுக்கப்பட்டார். 1941இல் நாகபுரியில் நடந்த இந்திய அறிவியல் கழகத்தின் ஆண்டுக் கூட்டத்தில் இந்திய விஞ்ஞானிகள் அனைவருக்கும் பாபாவை இராமன் அறிமுகப்படுத்தினார். அவ்வறிமுக உரையில் இராமன் *'பாபா தீவிர இசை ஆர்வலர்'* என்று கூறி, *'திறனுடைய கலைஞர்'* மதிநுட்பம் மிக்க பொறியாளர், ஈடு இணையற்ற *அறிவியலாளர்... தற்காலத்திய லியனார்டோ டா வின்ஸி'* எனப் புகழ்ந்துரைத்தார் *(A Gentleman of the Old School)*.

இங்கிருந்த வேளையில் பாபா துருதுருவென இயங்கிக் கொண்டிருந்தாலும், மீண்டும் இங்கிலாந்து சென்றுவிட வேண்டும் என்றே விரும்பினார். இந்தியாவிற்கு வந்திருந்த மில்லிகன் திரும்பிய பின் அவருக்கு பாபா எழுதிய கடிதத்தில் அங்கு திரும்பிவருவதற்கு ஆவல் கொண்டிருப்பதைத் தெரிவித்து 'நாம் மீண்டும் உரிய நேரத்தில் இணைந்து அறிவியல் ஆய்வு வேலைகளில் ஈடுபட வேண்டும்' என்ற தனது விருப்பத்தைத் தெரிவித்திருந்தார். அமெரிக்கா செல்வதற்கான வாய்ப்புகள் பற்றி மில்லிகனிடம் விசாரித்தார். அதற்குப் பதிலளித்த மில்லிகன், தற்போதுள்ள போர் சூழ்நிலையில் நிதிக் கட்டுப்பாடுகள் உள்ளதால் அத்தகைய ஆய்வுகளுக்கு நிதி ஆதாரம் இல்லை என்று தெரிவித்திருந்தார். பாட்ரிக் பிளாக்கெட்டிற்கு (Patrick Blacket) பாபா எழுதிய கடிதத்தில், *'இந்தியாவில் தனிமைப்படுத்தப் பட்ட உணர்வே தோன்றுகிறது. எனவேதான் இங்கு ஓர் ஆய்வுக் குழுவை அமைக்க விரும்புகிறேன். ஆனால் இன்றைய போர்ச் சூழ்நிலையில் முக்கிய வேறு பல செயல்கள் தேவைப் படும் நிலையில் அடிப்படை ஆய்வுகள் முக்கியமற்றனவாகத்*

தோன்றுகின்றன. நான் மீண்டும் இங்கிலாந்து திரும்பும் நாளை ஆர்வத்துடன் எதிர்பார்த்துக்கொண்டிருக்கிறேன்.' (Nucleus and Nation)

தொடக்கத்தில் பெங்களூரிலிருந்து தரவுகள் கிடைக்காத நிலையில், பாபா கோட்பாட்டு இயற்பியலிலேயே கவனம் செலுத்தினார். அவர் கேம்பிரிட்ஜில் இருந்த காலத்தில் துகள்கள், அவற்றின் கதிரியக்கம் தொடர்பாக மேற்கொண்ட ஆய்வுகளை மீண்டும் நினைவுபடுத்திக்கொண்டு அவற்றில் மேலும் எவ்விதம் ஆய்வுகளை மேற்கொள்ளலாம் எனும் எண்ணங்களை வடிவமைப்பதில் கவனம் கொண்டிருந்தார். அவர் நினைத்துக்கொண்டிருந்த ஆய்வுத் திட்டங்களிலொன்று மின்னணுக்களின் (எலக்ட்ரான்கள்) சுழற்சி தொடர்பானதாகும். டிராக்கின் கோட்பாடு இச்சுழற்சியைக் கருத்தில் கொள்ள வில்லை. எனவே டிராக்கின் ஆய்வினைத் தொடர்ந்து மேலும் ஆய்வு செய்வது தேவையானதாகத் தோன்றியது. ஏற்கெனவே கதிரியக்கம் கொண்ட துகளின்மீது மீண்டும் கதிர்த்தாக்குதல் நிகழ்வதால் தோன்றும் பின் விளைவுகளைப் பற்றி பாபா கவலை கொண்டார். எலக்ட்ரான் போன்ற மின்னூட்டம் கொண்ட துகள் பரவல் விசை பெற்றால் அது ஃபோட்டான்களைச் சிதறச்செய்யும். இப்பரவலானது எலக்ட்ரானின் கதிரியக்கப் பாதையில் விளைவுகளை ஏற்படுத்தும். இது மோசமான, கடினமான பிரச்சினை. எனவே இது தொடர்பான கணக்கீடு களை நாமறிந்த மின்இயக்கவியல் அடிப்படையிலேயே நம்பிக்கையுடன் மேற்கொள்ளவியலும் என பாபா குறிப்பிட்டார். சுழற்சியடையாத எலக்ட்ரானின் இக்கணக்கீடு கதிரியக்கம் புரியும் எலக்ட்ரானின் அளவினைப் பொறுத்து அமையும். சுழலும் எலக்ட்ரானில் இக்கணக்கீடுகளை மேற்கொள்வதுபற்றி பாபா எண்ணினார். ஆனால் நிலைத்தன்மை (Rigid Body) கொண்டவற்றில் இயக்கவியல் தன்மையை சார்புக் கோட்பாடு அடிப்படையில் சோதித்தல் எளிதான ஒன்றன்று.

டிராக் கொண்டிருந்த எண்ணங்களின்படியே ஏற்கெனவே கேம்பிரிட்ஜில் எச்.சி.கோர்பெனுடன் (HC.Corben) இணைந்து இதுபற்றி பாபா ஆய்வுசெய்ய முற்பட்டிருக்கிறார். இப்பிரச்சினைக்குத் தீர்வாகக் கதிரியக்கம் தோற்றுவிக்கும் துகளின் ஆற்றல் பற்றிய விளக்கத்தைச் சீரான வகையில் மாற்றி அமைத்துக்கொள்ள வேண்டும் எனக் கருதினார். இதுபற்றிய தனது ஆய்வுக் கட்டுரையை கார்பென்னுடன் இணைந்து பெங்களூரிலிருந்து, 1940ஆம் ஆண்டு 'மாக்ஸ்வெல்லின் செயற்களத்தில் சுழலும் துகள்கள் பற்றிய அங்கீகரிக்கப்பட்ட பொதுக் கோட்பாடு' எனும் தலைப்பில் வெளியிட்டார். அதன்

பின் தனது எண்ணங்களின் நீட்சியாக மிசான்களைப் பற்றிய தொடர் ஆய்வுக் கட்டுரையையும் எழுதி வெளியிட்டார். உயர்ந்த ஆற்றல் அளவுகளில் கதிரியக்கத்தின் பின்னியக்கம் மோதலின் விளைவுகளைக் குறைத்துவிடும் எனக் கண்டறிந்தார். அங்கீகரிக்கப்பட்ட பொதுக்கோட்பாட்டின் அடிப்படையில் நாம் ஊகித்தால் ஆற்றலின் வீரியம் அதிகரிக்கையில் மோதல் அளவும் அதிகரிக்கும் எனக் கருதுவோம். ஆனால் பாபாவின் கணக்கீட்டின்படி மோதல் அளவானது அதிக ஆற்றலில் குறையவே செய்தது.

இந்நிலையில் மற்றொரு ஆய்வானது ஒத்த பௌதீகத் தன்மைகொண்ட *(Isobars)* வேதியத் தனிமங்களின் உட்கரு துகள்கள் *(Nucleons)* பற்றியது. இத்துகள்களுக்கு நியூக்ளியான்கள் என்று பெயர். இவற்றில் புரோட்டான்கள், நியூட்டிரான்களுடன் மீசான்களும் அடங்கும். பாபாவின் எண்ணங்கள் அவரது காலத்தில் முன்னோக்கியவை. அன்றைய அவரின் கருத்துகள் மாற்றங்கள் பெற்றுவிட்டன. இருப்பினும் அவரது அடிப்படை எண்ணங்கள் மாறாதிருந்தன. நியூக்ளியான்கள் பற்றிய அவரது புதிய பார்வை, அடுத்துக் கண்டுபிடிக்கப்படும் புதிய நியூக்ளியான்கள், மீசான்களைப் போன்ற பொருண்மை எடை கொண்ட மாறுபட்ட மின்னூட்டம் கொண்டவையாக இருக்கலாம் எனும் ஊகத்திற்கு இடமளித்தது. இவற்றிற்கு 'ஐசோபார்கள்' (ஒத்த பௌதிகத் தன்மையன) என்று பெயரிடப்பட்டது. பாபா தனது எண்ணங்களை ஹீட்லருக்கு அனுப்பினார். பின்னர் அவர்கள் இருவரும் இணைந்து உருவாக்கிய கருத்துருவானது 'பாபா – ஹீட்லர் செயல்முறை' எனப்படுகிறது. இதற்கு நீண்ட நாட்களுக்குப் பிறகு 1952இல் நியூக்ளியான் ஐசோபார்கள் சோதனைகளால் இக்கருத்து உறுதிப்படுத்தப்பட்டது.

*IISC*யில் பாபாவிடம் பயின்ற மாணவர்களும் மிகச் சிறந்த மாணவர்களாக உருவெடுத்தார்கள். அவர்களில் ஒருவர் சுபோத் குமார் சக்ரபர்த்தி. இவர் பாபாவின் சமவயதினர். கல்கத்தா பல்கலைக்கழகத்தில் ஆசிரியராக இருந்தார். சாஹா, சுபோத் குமாரை பெங்களூர் சென்று பாபாவுடன் ஆய்வுகள் மேற்கொள்ளும்படி கூறினார். அவரை இணைத்துக்கொண்ட பாபா காற்றுப் பொழிவுகளின் அருவித் தொடர் பொழிதல் பற்றி *(Cascade Theory of air Showers)* மேலும் ஆய்வுகள் மேற்கொண்டார். புதிய சோதனைத் தரவுகள் கிடைத்தன. ஹீட்லருடன் இணைந்து செயல்புரிந்தபோது எதிர்பார்த்த தரவுகளுக்கும் இப்போது கிடைத்த தரவுகளுக்குமிடையே இடைவெளிகளிருந்தன. அவர்கள் 'மோதலில் தோன்றும்

இழப்புடன் தொடர் வீழ்ச்சி கோட்பாட்டின் கணக்கீடுகள்' *(Calculations on Cascade Theory with Collission Loss)* எனும் ஆய்வுக் கட்டுரையை 1942இல் வெளியிட்டனர். அக்கட்டுரையில்... *'செய்முறை முடிவுகளையும் கோட்பாட்டையும் மிகத் துல்லிய அளவிலான ஒப்பீடு செய்யவில்லை. இதற்குக் காரணம் இயற்பியல் அடிப்படையிலான ஊகத்தினாலும் தோராயமான கணக்கீடு முறைகளாலும் அமைந்த கோட்பாட்டின் தன்மையும் செய்முறைத் தரவுகளிலிருந்த நிச்சயமற்ற இயல்புமே' என்று குறிப்பிட்டிருந்தார்கள்.* இக்கட்டுரை, தொடர்ந்து வெளியான கட்டுரைகளின் ஒரு அங்கமானது. அவர்கள் சோதனைத் தரவுகளை நன்கு புரிந்துகொள்ளும் வகையில் கணக்கீடுகளின் விவரங்களை மேம்படுத்துவதில் கவனம் செலுத்தினார்கள். அதில் முக்கியப் பகுதி மோதலின் போது ஏற்படும் ஆற்றல் இழப்பாகும். இப்பகுதியில் பொதுவாக கவனம் செலுத்தப்படவில்லை. எச். ஸ்னைடரும் *(H. Snyder)* ஆர். செர்பரும் *(R. Serber)* இவ்விளைவில் கவனம் செலுத்தினார்கள். ஆனால் இது தொடர்ந்து கவனம்கொள்ளும் ஒன்றாகவே இருந்தது. முறையான முடிவு கிடைப்பது தெளிவாக இல்லை. இதனைக் கணக்கிட சக்கரவர்த்தியும் பாபாவும் சில ஆர்வமூட்டும் கணக்கீடு முறைகளைப் பயன்படுத்தினர்.

இந்நிகழ்வில் பாபா தொடர்ந்து ஆய்வுகளை மேற்கொள்ள மற்றொரு காரணமும் இருந்தது. ஹீட்லருடன் பாபா மேற்கொண்ட ஆய்வு, ஒரு காற்றுப் பொழிவில் தோன்றும் சராசரி எண்ணிக்கையிலான துகள்களில் கவனம் செலுத்தியது. ஆனால் காற்றுப் பொழிவில் துகள்களின் எண்ணிக்கை புள்ளியியல் அடிப்படையிலானது. எனவே சராசரி கணக்கீடுகள் போதுமானதாக இல்லை. மாறுபாடுகள், சராசரியைப் போன்றே முக்கியமானவை. எனவே மாறுபாடுகளை ஊகிக்கப் புள்ளியியல் முறைகளைப் பயன்படுத்துதல் வேண்டும். பிறகு அதனைக் கண்டறிந்த மாறுபாடுகளுடன் ஒப்பீடு செய்யலாம். இதனைப் பற்றி பிற்காலத்தில் 1950இல் தனது நிறுவனத்தில் தனது மாணவராகிய அல்லாடி ராமகிருஷ்ணனுடன் ஆய்வு செய்தார்.

இக்காலத்தில் பாபாவின் மாணவர்களில் மிகச் சிறந்தவராக விளங்கியவர் ஹரீஷ் சந்திரா. இவர் உத்தரப் பிரதேசத்தைச் சேர்ந்தவர். அலகாபாத் பல்கலைக் கழகத்தில் இயற்பியல் பயின்றவர். இவர் தனது முதுநிலைப் பட்டத்திற்கான முடிவுத் தேர்வில் இராமன் தயாரித்திருந்த கேள்வித்தாளில் ஒரே ஒரு கேள்விக்கு மட்டுமே பதிலளித்திருந்தார். இக்கேள்வியானது இந்திய மிருதங்கவாத்தியத்தின் அதிர்வுகள் தொடர்பானது. இக்கணக்கீட்டுக் கேள்வியை இராமன் ஏற்கெனவே

கணக்கிட்டிருக்கிறார். ஹரீஷ் சந்திராவின் பதில் அவருடையது போன்றே இருந்தது. தேர்வில் நேரம் போதாமையால் பிற கேள்விகளுக்குப் பதில் தராமல் இருப்பினும் அந்தத் தாளுக்கான முழு மதிப்பினையும் இராமன் அளித்துவிட்டார். ஹரீஷ் சந்திரா, அலகாபாத்தில் இருந்தபோதே குவாண்டம் இயங்குவியல் தொடர்பான டிராக்கின் நூலைப் பயின்றிருக்கிறார். அலகாபாத்தில் பேராசிரியராகவிருந்த கே.எஸ். கிருஷ்ணன் (இவர் இராமனின் மாணவர்) ஹரீஷ் சந்திராவை பெங்களூர் சென்று பாபாவிடம் ஆய்வுகளில் ஈடுபடுமாறு கூறினார். இந்நிகழ்ச்சி 1943இல் நடைபெற்றது. பாபா அவரிடம் 'எத்தளத்திலும் இயங்கும் திணிவிலித் துகள்களுக்கான (Point Particles) ஒரு பாரம்பரியக் கோட்பாட்டில் ஆய்வு செய்யப் பணித்தார். (Bhaba and his Magnificient Obsessions)'. அவர்கள் தங்களது முதல் இணைவு ஆய்வுக் கட்டுரையை அடுத்த ஆண்டில் வெளியிட்டனர். (போர்க் காலத்திற்குப் பிறகு கேம்பிரிட்ஜில் டிராக்கிடம் ஹரீஷ் சந்திரா பயில பரிந்துரை செய்து கடிதம் எழுதினார். ஹரீஷ் சந்திராவும் மெதுவாக 'தனித்த கணித'த் துறைக்கு மாறிக்கொண்டார். நவீன இந்தியாவின் புகழ்பெற்ற கணித அறிஞரானார். அலகபாத்தில் உள்ள 'ஹரீஷ் சந்திரா ஆய்வு நிறுவனம்' இவரது பெயரிலேயே உள்ளது.)

பாபாவின் மற்றொரு மாணவர் பெங்களூர் ஸ்ரீனிவாச மாதவ ராவ். இவர் ஏற்கெனவே IIScயில் சிறிது காலமிருந்த மாக்ஸ் பார்னுடன் ஆய்வு மேற்கொண்டவர். அவருடன் இணைந்து, மீசான்களின் துருவமடைதல் நிகழ்வுகளும் அவற்றின் சிதறல் தன்மைகளால் தோன்றும் விளைவுகளும் பற்றிய ஆய்வில் பாபா ஈடுபட்டார்.

பாபாவின் அடிப்படைத் துகள்கள் பற்றிய கோட்பாட்டு ஆய்வுகளிலிருந்து பெறப்பட்ட முடிவுகளே இன்று 'பாபாவின் சமன்பாடுகள்' என்றாகியுள்ளன. சார்புக் கோட்பாடு போன்ற துகள்களின் பொதுவான சமன்பாடு குறித்த கோட்பாடு ஒன்றைத் தோற்றுவிக்க பாபா முயற்சி செய்தார். இக்கோட்பாடானது துகள்களின் சுழற்சிகளையும் உள்ளடக்கி டிராக்கின் மின்னணுக்கள் பற்றியதுபோன்றும் அமைய விரும்பினார். தன்னிச்சையாகச் சுழற்சியடையும் துகள்களுக்கும் பொருந்துகின்ற சமன்பாடாக அது அமைய வேண்டும் என்று எண்ணினார். இதற்கென அவர் குழுமக் கோட்பாட்டின் (Group Theory) அதிநவீன கணிதத்தினுள் தேட வேண்டியிருந்தது. இயற்கையின் பல சமச்சீர்மைகளை விவரிக்க இயற்பியலாளர்கள் குழுமக் கோட்பாட்டு மொழியைப் பயன்படுத்தினர். உதாரணமாக ஒரு கோளத்தை அதன் மையத்தைச் சுற்றிலும் சுழலச் செய்யலாம்.

அப்போது அக்கோளமானது கோளமாகவே புலப்படும். கணிதமொழியில் இத்தன்மையை சமச்சீர் குழுமமாகத் *(SO(3))* தெரிவிக்கலாம். இதில் *3* என்பது கோளமானது முப்பரிமாணப் பொருள் என்பதைக் குறிப்பிடுகிறது. பாபா அறியவிருந்த சார்புத் தன்மையுடன் மாற்றம் கொள்ளவிருந்த துகள்களின் சமச்சீர்மை ஐம்பரிமாண சமச்சீர்மைக் குழுமம் சார்ந்ததாக இருந்தது. வீரேந்திர சிங் (இவர் பிற்காலத்தில் *TIFR*ன் இயக்குநரானவர்) ‘எனது காலத்தில் குழுமக் கோட்பாட்டினைச் சரளமாகப் பயன்படுத்திய ஒரு சில இயற்பியலாளர்களில் பாபாவும் ஒருவர்’ என்று கூறினார். (*‘Bhabha’s contributions to Elementary particle physics and cosmic Rays Research’.*) பாபா ‘அடிப்படைப் பருப்பொருள் துகள்கள் மற்றும் அவற்றின் ஊடாட்ட இடைவினைகள் கோட்பாடு’ எனும் தலைப்பிலான கட்டுரை ஒன்றினை எழுதினார். இக்கட்டுரை டிராக்கைக் கவர்ந்தது. எனவே அவர் அதனை ஆடம்ஸ் பரிசுப் *(Adams Prize)* போட்டிக்குச் சமர்ப்பிக்கும்படி கூறினார். *1942*இல் அந்தப் புகழ் பெற்ற பரிசினை பாபா பெற்றார்.

தன்னிச்சையான சுழற்சியுடைய தொடர்பற்ற சார்புத் துகளுக்குத் தனித்த ஒரு சமன்பாட்டை முதன்முறையாக பாபாவால் எழுத முடிந்தது. இதற்கு ‘பாபா சமன்பாடு’ என்று பெயர். இது ஓர் அரைச் சுழற்சி *(spin - one - half)* அல்லது சுழற்சியின்மை *(spin - zero)*, மேலும் ஒரு சுழற்சி *(spin - one)* கொண்ட துகள்களுக்கான ஒரே சமன்பாடாக அனைத்தையும் உள்ளடக்கி அமைந்திருந்தது. இதன் தாக்கம் பெரிய அளவினதாகவே இருந்தது. இச்சமன்பாட்டின் மூலம், சில துகள்களின் நிறையானது திட்டவட்டமான விகிதத்தில் அமைந்திருக்கும் என்பதை பாபா உடனடியாக உணர்ந்தார்.

அவரது சமன்பாடு உரிய ஒன்றே என்பதை உணர்த்தும் வகையில் பிற்காலத்தில் மேலும் பல அறிந்திராத நியூக்ளியான்களின் சமச்சீர்மை இயல்புகள் உண்டு என்பது அறியப்பட்டது. பிற்காலத்தில் இச்சமன்பாட்டு அடிப்படையிலான கணிப்புகள் சோதனைகளில் வெளிப்படவில்லை. இருப்பினும் இது துணிச்சலான முயற்சியே. பிறகு *1945*இல் *Reviews of Modern Physics* ஆய்விதழில் இக்கட்டுரை வெளியானபோது, இது தொடக்க முயற்சி என்றும், புதிய சோதனைகளால் இயற்பியலாளர்கள் உரிய துகள்களில் ஆய்வுகள் மேற்கொள்ளுகையில் இச்சமன்பாடு மேலும் மாறுபடும் என்றும் தெரிந்திருந்தார்.

இந்தியாவில் சோதனைத் தரவுகளைப் பெற்றிராத நிலையில் தனது கோட்பாடுகள் தொடர்பான ஆய்வுகள் முழுமைபெற வாய்ப்பில்லை என்பதை பாபா உணர்ந்திருந்தார். இக்கால கட்டத்தில் வெளிநாடுகளுக்கு அவர் எழுதிய கடிதங்களில்

தனது ஆய்வுகளுக்குரிய அங்கீகாரம் கிடைக்காதது பற்றிய தனது ஏமாற்றத்தை வெளிப்படுத்தியிருந்தார். மின்தூண்டல் பெற்ற மீசான்களைப் பற்றி டிராக்கிற்கு அவர் எழுதிய கடிதத்தில், *'நான் ஏற்கெனவே 1939இன் கோடைகாலத்தில் ஹீட்லருடன் இதுபற்றித் தொடர்புகொண்டிருந்தேன். இது தொடர்பாகச் சோதனைகளின் மூலம் விரைவில் முடிவை எட்ட விரும்புகிறேன்' (Nucleus and Nation)* எனக் குறிப்பிட்டிருந்தார்.

அடுத்தபடியாக அவர்கள் ஆழ்ந்து உள் நுழையும் கடினப் பகுதியின் மீது தனது கவனத்தைச் செலுத்த பாபா எண்ணினார். இப்போது அவருக்குக் காற்றுப் பொழிவை ஏற்படுத்தும் மென்மைப் பகுதியைப் பற்றிய விவரங்கள் தெரிந்துவிட்டன. கடினப் பகுதியில் மீசான்களும் மிகை ஆற்றல் கொண்ட புரோட்டான்களும் இருந்தன. இவை தொடர்பான சோதனைகளின் தரவுகள் இல்லை. சோதனையின் தொடக்கத்தில் கடின, மென்மைப் பகுதிகளைப் பிரித்தெடுக்க வேண்டியிருந்தது. இதற்கான வழிமுறையையும் அவர் சிந்தித்திருந்தார். ஒரு எண்ணத்தின்படி பொழிவுப் பாதையில் இடையிடையே பல பருமன்களில் ஈயத்தகடுகளை உறிஞ்சிகளாகப் பொருத்த எண்ணினார். இதற்கென அவர் கண்டுபிடித்த முறைக்கு 'பாபா முறை' (Bhabha Method) என்று பெயர். இம்முறையில் உணரிகளுடன் இணை உறிஞ்சிகளையும் அமைக்க எண்ணினார். இதன் மூலம் காற்றுப் பொழிவில் தோன்றும் மென்மைப் பகுதியினையும் கடினப் பகுதியினையும் தனித்தனியே பிரித்து அறியவியலும். இக்கருவியை IISCயின் தொழிற்பட்டறையில் உருவாக்கினார்.

அடுத்து இக்கருவியை மலையின் மிக உயப் பகுதிக்கு எடுத்துச் செல்ல வேண்டும். இது சிரமமான வேலை. இவ்வேலையைச் செய்வதற்கு மேலை நாடுகளில் மில்லிகன் உள்ளிட்ட சிலர் ரப்பர் பலூன்களைப் பயன்படுத்திக்கொண்டனர். இம்முறைக்கு இந்தியாவில் அதிக செலவாகும். மேலும் போர்க்காலத்தில் இம்முறைக்குத் தேவையான பொருட்களைப் பெறவும் இயலாது. மில்லிகன் செய்ததைப் போன்று செய்வதற்கென, பாபா, 2000 பவுண்டுகள் நிதி உதவி பெற்றார். இருப்பினும் அவருக்கு மற்றொரு சிறந்த யோசனையும் தோன்றியது. போர்க்காலமாகையால் அமெரிக்காவின் விமானப்படை இந்தியாவிலும் ஓரளவு செயல்பட்டுக்கொண்டிருந்தது. பாபா அவர்களை அணுகித் தனது ஆய்வுகள் பற்றி விளக்கிக் கூறித் தனக்கு உதவுமாறு வேண்டினார். அவர்களது டக்கோட்டா விமானத்தில் தனது சோதனைக் கருவியைத் தூக்கிச் செல்ல வேண்டினார். அவர்களின் ஒப்புதல் பெற்று கருவிகளை HAL (Hindustan Aeronautics Limited) என இன்று அழைக்கப்படும் விமான தளங்கள்வரை கொண்டு

சென்று பின் அவை விமானத்தால் தூக்கிச் செல்லப்பட்டன. பின் அவை ஆய்வுகளுக்காக IISC வந்து சேர்ந்தன.

1944, டிசம்பர் 26 அன்று இவ்விதம் இரண்டு முறை ஆய்வுக் கருவிகள் விமானத்தால் 5 கி.மீ உயரம் தூக்கிச் செல்லப்பட்டன. இரண்டு நாட்கள் கழித்து மீண்டும் 11 கி.மீ உயரம்வரை தூக்கிச் செல்லப்பட்டன. கடைசியாக 1945 ஜூலை 21 அன்று அவை 13 கி.மீ உயரம் சென்று திரும்பின. பூமத்தியரேகைப் பகுதியில் மிகுந்த உயரத்தில் முதல்முறையாகக் கிடைத்த தரவுகளாக இப்பறத்தல்களில் கிடைத்த விபரங்களைக் கூறலாம். பல உயரங்களில் தொடர்ந்து வீழ்ந்த மீசான்களைப் பற்றிய தரவுகளை சிக்காகோ பல்கலைக்கழக தரவுகளுடன் ஒப்பிட்டுப் பார்த்தனர். மிக உயர்ந்த இடத்திலும் மீசான்கள் அதிகமாக இல்லை. இது ஆச்சரியமாக இருந்தது. ஏனெனில் பொதுவாக உயரம் செல்லச் செல்ல விண்கதிர்களின் அளவுகள் அதிகமாகவே இருக்க வேண்டும்.

ஆய்வகத்தில் பாபா, 12 அங்குல விட்டத்தில் Cloud Chamber கருவி ஒன்றினை உருவாக்கினார். அதனுள் விரைந்து பாயும் துகள்கள் காணப்படக்கூடிய சிறிய மேகங்களை உருவாக்க லாம். இக்கருவியின் அமைப்பு மான்செஸ்டரில் பாட்ரிக் பிளாக்கெட்டின் (Patrick Blackett) சோதனைச் சாலையில் உள்ளதுபோன்றே அமைந்திருந்தது. பிளாக்கெட்டின் சோதனை நிலையத்தில் ஆர்.எல். சென்குப்தா ஆய்வுகள் நிகழ்த்தியிருக் கிறார். (1948இல் தனது நோபல் பரிசு உரையில் பிளாக்கெட் சென்குப்தாவின் ஆராய்ச்சிகள் பற்றிக் கூறியிருந்தார்.) இப்போது பாபா இக்கருவியை அமைப்பதற்கு சென்குப்தாவே துணை செய்திருக்கிறார். இதேபோன்று கல்கத்தாவிலிருந்தும் ஒரு மாணவர் வந்திருந்தார். கல்கத்தாவில் மாணவர்கள் தேவேந்திரா எம். போஸ், மேக்நாத் சாஹா போன்றவர்களிடம் பயின்றிருந்தார்கள். அவர்களில் ஒருவரே பாபாவிடம் வந்திருந்த மிரிகான்கா சேகர் சின்ஹா. அவர் பாபாவுடன் மீசோன்களின் பரவலைப் பற்றி ஆய்வு மேற்கொண்டார்.

இவ்வேளையில் பாபா, ராயல் சொஸைட்டியில் அதிகாரப் பூர்வமாக இணைக்கப்பட்டார். பாபாவை இப்பொறுப்பில் நியமிக்கும் விழா இந்தியாவில் முதன்முறையாக நடத்தப் பட்டது. இவ்விழா லண்டனிலேயே நடைபெறுவதுதான் மரபு. இதற்கென சர் ஏ.வி. ஹில் இந்தியா வந்திருந்தார். இவர் தன்னுடன் அதிகாரப்பூர்வ பார்ச்மென்ட் தாளையும் கொண்டுவந்திருந்தார். இந்நிகழ்ச்சி 1944இல் இந்திய அறிவியல் கழகக் கூட்டம் நடை பெறுவதற்கு முன் நடைபெற்றது.

இந்திய அறிவியல் பற்றிய பாபாவின் பார்வை

1945. பாபா பெங்களூரில் தங்கியிருந்து ஏறக்குறைய ஐந்து ஆண்டுகள் ஆகிவிட்டன. IISCயில் முதலில் ரீடர் பதவியிலிருந்தார். 1944ஆம் ஆண்டு முழுநேரப் பேராசிரியராகப் பதவி உயர்வு பெற்றார். இரண்டாம் உலகப் போர் முடிவடைந்தது. உலகின் அனைத்துப் பகுதிகளிலும் உள்ள விஞ்ஞானிகள் மீண்டும் தங்களது ஆய்வுகளைத் தொடங்குவதற்குத் தயாராகிக் கொண்டிருந்தார்கள். இங்கிலாந்திலிருந்த பாபாவின் சக ஆய்வாளர்கள் மீண்டும் அவரை அங்கு வரச் செய்துவிட வேண்டுமென ஆர்வம் கொண்டிருந்தனர். அவ்வேளையில் ஆக்ஸ்ஃபோர்டில் 'வைக்ஹாம் பேராசிரியர்' நிலைக்கு அறிவிப்பு வெளியாகியிருந்தது. அச்செய்தியை மாரிஸ் ப்ரைஸ் (Maurice Pryce) பாபாவிற்குத் தெரிவித்து, விண்ணப்பிக்கும்படி கூறியிருந்தார். இச்செய்தி தொடர்பான கடிதத்தில் "நீங்கள் இங்கிலாந்து திரும்புவது 'ஆங்கிலேயக் கோட்பாட்டு இயற்பியல்' துறைக்கு நன்மை பயக்கும்" எனத் தெரிவித்திருந்தார். (A Masterful Spirit)

இந்திய சுதந்திரத்திற்கான தேசிய இயக்கம் அவ்வேளையில் நன்கு வலுப்பெற்றிருந்தது. விரைவில் இந்தியா சுதந்திர நாடாகிவிடும் எனும் எண்ணம் பலரிடையே தோன்றியிருந்தது. பாபா, தனது ஆய்வுகள், அலுவலகம், மாணவர்கள், விண்கதிர்கள் ஆகிய அனைத்தையும் தாண்டிப் பிற அனைத்தையும் பற்றிச் சிந்திக்கத் தொடங்கினார். சுதந்திர

இந்தியாவில் அறிவியல் ஆய்வுகள் எவ்விதம் அமையும் என்பது பற்றி யோசித்தார். அதில் தனது பங்களிப்பு எவ்விதம் அமையும் என்றும் எண்ணினார். பாபாவின் இந்தக் காலகட்டத்தின் வாழ்வினை கிரீன்ஸ்டின் (Greenstein) தனது கட்டுரை ஒன்றில் பின்வருமாறு விவரித்துள்ளார்: *"தனது நாடு திரும்பியபின் பாபா, ஆய்வு நிறுவனம் ஒன்றைத் தொடங்க வேண்டும் எனும் எண்ணம் தனது மனத்தில் உள்ளதை உணர்ந்தார். நிறுவனமும் நிர்வாகமும் இங்கிலாந்து போன்ற நாடுகளில் இல்லாத அளவில் அமைய வேண்டும் என எண்ணினார். அதற்கான அறிவியல் மையங்கள் ஏற்கெனவே ஏற்பட்டுவிட்டன. அவை சுதந்தர இந்தியாவில் கிடைத்த வெற்றிடத்தில் சிறப்பாகப் பரிணமிக்கலாம் எனக் கருதினார். அவ்விதம் நிகழலாம் எனும் மகிழ்ச்சி வெள்ளத்தில் மூழ்கியிருந்திருப்பார். அவர் இந்தியாவி லிருந்து இங்கிலாந்திற்குப் புறப்பட்ட வேளையில் சுதந்திரப் போராட்டச் செயல்பாடுகளில் கலந்துகொள்கின்ற வயதினராக இருக்கவில்லை. ஆனால் இந்தியாவிற்குத் திரும்பிய வேளையில் இந்தியா சுதந்திரம் பெறவிருந்தது. அது பல நிகழ்வுகளின் காலம். திடீரென எதுவும் ஏற்பட வாய்ப்பிருந்த காலம்."*

இந்தியாவில் அறிவியல் ஆய்வுகள் பற்றிய பெரிய அளவிலான சிந்தனைகள் பாபாவிற்கு மட்டுமே தோன்றியிருந்தன என்பதல்ல. பாபா பெங்களூரில் தங்கியிருந்த வேளையிலேயே இந்திய விஞ்ஞானிகள் பலரும் ஒருங்கிணைந்து சுதந்திர இந்தியாவில் தமது செயல்பாடுகளால் அறிவியல் ஆய்வுகளை முன்னெடுத்துச் செல்ல வேண்டும் எனும் எண்ணம் கொண்டிருந்தனர். இதில் குறிப்பாக மேக்நாத் சாஹாவும் சாந்தி ஸ்வரூப் பட்நாகரும் மிகுந்த ஆர்வத்துடனிருந்தனர். இத்தகைய பல்வேறுபட்டவர்களின் எண்ணங்கள் பாபாவின் சிந்தனைக்கு உரமூட்டுபவையாக அமைந்தன.

1930களில் இராமன் போன்ற விஞ்ஞானிகள் ஆய்வு மையங்களை நிறுவ ஆர்வம் கொண்டிருந்தாலும் ஆங்கிலேய அரசாங்கம் அத்தகைய அமைப்புகள் தேவையில்லை என முடிவு செய்துவிட்டது. வைஸ்ராய் வில்லிங்டன் பிரபு 1933இல் தெரிவித்தபடி இயற்கை வளங்களின் மீது ஆய்வுகள் மேற்கொள்வது தேவையற்றது என அரசு கருதியது (Shanti Swarup Bhatnagar). இதற்குப் பதிலாகக் கருவிகளைச் சோதனை செய்யவும் தரம் பார்த்தலுக்குமான கட்டுப்படுகளுடன் கூடிய தொழிற்சாலை நுண்ணறிவுகொண்ட ஆய்வு மையங்களை அமைத்தது அரசு. இதன் முதல் இயக்குநராக இங்கிலாந்தில் வேதியியலில் பயிற்சி பெற்ற பட்நாகர் நியமிக்கப்பட்டார். இவர் 1921இல் இந்தியாவிற்குத் திரும்பியவர். அறிவியல் ஆய்வுகளைத் தொழிற்சாலைகளின்

தேவைகளுக்கேற்ப அமைக்கும் எண்ணம் கொண்டிருந்தவர். போர் தொடங்கிய காலத்தில் புதிதாகத் தொடங்கப்பட்ட தரநிர்ணய அமைப்பை மூடுவதற்கு முன்மொழியப்பட்டது. இருப்பினும், 1942இல் வைஸ்ராயின் செயற்குழுவிலிருந்த, தீர்மானமான எண்ணங்கள் கொண்ட ஆற்காடு ராமஸ்வாமி முதலியார் CSIR (Council of Scientific and Industrial Research) எனும் அறிவியல் தொழில் நுட்ப ஆய்வுக் குழுமத்தை 1942ஆம் ஆண்டு நிறுவுவதில் பிடிவாதமாக இருந்தார். CSIR நிறுவப்பட்டபோது பட்நாகர் வேறு சில தேசிய ஆய்வகங்களும் அமைக்கப்பட வேண்டும் எனக் கூற, அவற்றுக்கும் அனுமதி வழங்கப்பட்டது.

1938ஆம் ஆண்டு சாஹா கல்கத்தாவிற்குத் திரும்பச் சென்றார். அவ்வேளையில் பாபாவைப் போன்றே அவரும் தனது ஆய்வகம் பற்றிய சிந்தனைகளைத் தாண்டி இந்திய அளவிலான அறிவியல் வளர்ச்சி நிலைகளைப் பற்றி எண்ணத் தொடங்கினார். CSIR அமைப்பு உருவான காலத்தில் முதலியார் எழுதிய கடிதத்தில், அறிவியல், தொழில்துறை ஆய்வுகளுக்கு இடையில் உள்ள வேறுபாடுகளை விவரித்து, தொழிற்சாலைகளை நிறுவுவது அவற்றைப் பாதுகாப்பதிலிருந்து மாறுபட்டது என்பதை விவரித்து எழுதியிருந்தார் சாஹா. அவ்வேளையில் அன்றைய காங்கிரஸ் கட்சியின் தலைவராக இருந்த சுபாஷ் சந்திர போஸ், 1938ஆம் ஆண்டு அக்டோபர் மாதத்தில் டெல்லியில் நடைபெறும் கூட்டத்தில் கலந்துகொள்ளுமாறு அழைப்பு விடுத்தார். அக்கூட்டத்தில் இந்தியாவின் வருங்கால நிலையினைக் கட்டமைக்கும் பார்வையுள்ள தேசியத் திட்டக்குழு (National Planning Committee, NPC) அமைப்பது பற்றி ஆலோசிக்க வேண்டியிருந்தது. மைசூரின் முற்போக்குச் சிந்தனைகளுடைய பொறியாளராகிய விஸ்வேஷ்வரய்யா அந்த ஆலோசனைக் கூட்டத்திற்குத் தலைமை தாங்குவதாக இருந்தது. அன்று அவர் மைசூர் மாநிலத்தின் திவானாகப் பதவியிலிருந்தார். 1934ஆம் ஆண்டு அவர் *'A Planned Economy for India'* எனும் நூலை எழுதி வெளியிட்டார். தேசியத் திட்டக் குழு கூட்டத்தில் கட்சி சாராத ஒருவர் தலைமையேற்று நடத்தினால் அக்கூட்டத்தை ஏதோ ஒரு கல்விசார் கூட்டம் எனக் காங்கிரஸார் கருதிவிட வாய்ப்பு உண்டு எனக் கருதிய சாஹா, காங்கிரஸ் கட்சியின் முக்கியத் தலைவர்களில் ஒருவர் முக்கிய பொறுப்பு ஏற்க வேண்டும் எனக் கருதினார். அதன் அடிப்படையில் ஜவஹர்லால் நேரு அக்கூட்டத்தின் தலைமைப் பொறுப்பை ஏற்றார். நீர்ப்பாசனம் போன்ற பலவற்றையும் பற்றி விவாதிக்கும் வகையில் பல துணைக்குழுக்கள் அமைக்கப்பட்டன. அன்று நடைபெற்ற 'வெள்ளையனே வெளியேறு' சுதந்திரப் போராட்ட இயக்கம், போர்க்காலப் பதற்றச்சூழல் போன்ற காரணங்களால்

அனைத்துக் குழுக்களின் செயல்பாடுகளும் மந்த நிலையிலேயே அமைந்திருந்தன. அவ்வமைப்புகளின் முக்கிய நோக்கம் இந்தியாவில் தன்னிறைவு பெற்ற தொழில் கட்டமைப்பை உருவாக்குவதாகும். ஆனால் குடிசைத் தொழில்களுக்கும் சுதந்திரத்திற்குப் பின் தோன்றவிருந்த சொத்துப் பரவல் பிரச்சினைகளுக்கும் எவ்விதம் தீர்வு காண்பது என்பன போன்ற நுட்பமான அம்சங்கள் முடிவெடுக்கப்படாமல் இருந்தன. இதுபற்றி நேரு தனது சுயசரிதை நூலில் 'நாம் உருவாக்கும் எந்தவொரு திட்டத்தினையும் சுதந்திர இந்தியாவில் மட்டுமே செயல்படுத்த இயலும். நமது திட்டமிடுதல்கள் பொருளாதார அமைப்பில் சமூகமயமாக்கலை உள்ளடக்கியதாகவே அமைந்திருக்க வேண்டும்' எனக் குறிப்பிட்டிருந்தார். பல காரணங்களால் இராமன், பட்நாகர் போன்ற அறிவியலாளர்கள் NPC எனும் தேசியத் திட்டக் குழுவிலிருந்து ஒதுங்கியே இருந்தார்கள். ராமன் பட்நாகர், சாஹா ஆகியோருக்கிடையே சில கருத்து வேற்றுமைகள் இருந்துவந்தன. வருங்கால இந்தியாவில் அறிவியலும் தொழிற்சாலைகளும் வளர்ச்சியடைவது பற்றி ஒவ்வொருவரும் தங்களுக்கான கருத்துகளைக் கொண்டிருந்தனர். 1944இல் ஜே.ஆர்.டி. டாடா, ஜி.டி. பிர்லா போன்ற புகழ்பெற்ற தொழிலதிபர்கள் ஓர் திட்டத்தை வடிவமைத்து அதனை 'பம்பாய் திட்டம்' (Bombay Plan) எனும் பெயரில் வெளியிட்டனர். பொதுத்துறை, தனியார்துறை ஆகியவை சார்ந்த பொருளாதார அமைப்பு பற்றி அந்தத் திட்டம் குறிப்பிட்டது.

இச்சூழ்நிலையில் பாபா, மற்றொரு பாதையைத் தீர்மானித்தார். வைஸ்ராயின் அலுவலகத்திலுள்ள அனுகூலமான சூழ்நிலை இந்தியாவின் ஆய்வு நிறுவனங்களுக்கு நன்மை தருவதாகவே தோன்றியது. டாடாவுடன் தனக்கிருந்த நெருங்கிய உறவைப் பயன்படுத்திக்கொண்டு, டாடா குழுமத்தின் தலைவரும் டாடா அறக்கட்டளைகளின் பொறுப்பாளருமாகிய ஜே.ஆர்.டி. டாடாவுக்கு ஒரு கடிதம் எழுதினார். அக்கடிதத்தில், தான் இந்தியாவிலேயே தங்கவிருப்பதாகத் தெரிவித்தார். 'ஒருவர் தனது நாட்டிலேயே தங்கியிருந்து அங்குள்ள ஆய்வுக் கட்டமைப்பு களைப் பிற நாடுகளுடன் ஒப்பிடும் வகையில் மாற்றியமைப்பது அவரது கடமை' எனக் குறிப்பிட்டிருந்தார். சோவியத் யூனியனை உதாரணமாகக் குறிப்பிட்டு, தொழில் முன்னேற்றத்திற்காக அறிவியல் ஆய்வுகளை ஊக்குவிப்பதுடன் அவை அடிப்படை அறிவியல் ஆய்வுகளைப் பாதிப்படையவிடாமல் காப்பதாக அமைய வேண்டும் என்றார். 'மனிதனுக்குப் பலனளிக்கும் வகையில் முழுமையான பிரபஞ்சம் பற்றிய அறிவு இதுவரை நமக்குக் கிடைக்கவில்லை. கிடைத்துள்ள குறைந்த அறிவும் எதிர்காலத்தில் எத்தகைய ஆய்வுகளையும் மேற்கொள்ளும்

தன்மையினதாக அமைந்திருக்கவில்லை. என்றோ ஒரு நாள் கிடைக்கும் பிரபஞ்சம் பற்றிய புதிய மெய்யறிவு ஒட்டுமொத்த மனித இனத்தின் மீதும் தாக்கத்தை ஏற்படுத்தும் வகையினதாகவே விளங்கும்' எனவும் தெரிவித்தார். *(Nucleus and Nation)*

தனது ஆய்வு நிறுவனம் ஒன்றிற்கு டாடாவின் நிதியுதவியைப் பெறும் வாய்ப்பினைப் பயன்படுத்திக்கொள்ள பாபா விரும்பினார். பாபாவின் வேண்டுதல் கடிதத்திற்குப் பதிலளித்த டாடா, *'நீங்களும் உங்களது அறிவியல் உலக உடன் ஆய்வாளர்களும் ஒருங்கிணைந்து ஒரு முடிவான திட்ட வரைவினை ஆதாரத்துடன் சமர்ப்பித்தால் சர் டோரப் டாடா அறக்கட்டளையிலிருந்து நிதியுதவி பெற வாய்ப்புண்டு'* எனத் தெரிவித்தார். இப்பதிலால் உற்சாகம் பெற்ற பாபா, அறக்கட்டளைத் தலைவராகிய சர் சோரப் சக்லட்வாலா அவர்களுக்கு 1944, மார்ச் 12 அன்று 4 பக்கங்களில் ஒரு கடிதம் எழுதினார். அக்கடிதத்தில் *'தற்போது இந்தியாவில் கோட்பாட்டு முறைகளாலும் சோதனை முறைகளாலும் ஆய்வுகள் மேற்கொண்டு அடிப்படை இயற்பியலை வளரச்செய்யும் சரியான, பெரிய, துறைசார்ந்த ஆய்வு அமைப்புகள் இல்லை. ஆனால் திறமையான ஆராய்ச்சியாளர்கள் இந்தியா முழுவதிலும் பரவியுள்ளனர். அவர்களை ஓரிடத்தில் ஒருங்கிணைத்து முறையான வழிகாட்டுதல்களின் மூலம் அவர்களின் திறமைகளை வெளிக்கொணரலாம். இத்தகைய தீவிரமான நிறுவன அமைப்புகளை அடிப்படை இயற்பியலுக்கு ஏற்படுத்துவது இந்திய நலனுக்குத் துணை செய்யும். அத்தகைய அமைப்புகள் இயற்பியலின் குறைந்த முக்கியத்துவம் கொண்ட துறைகள் முதல், தொழில்களுக்கு உதவும் செயல்முறைப் பயன்பாடுகள் வரை அனைத்திற்கும் உதவும். இன்று, பயன்பாட்டளவிலான சிறந்த அறிவியல் ஆய்வுகள் இந்தியாவில் இல்லை. இத்தகைய ஏமாற்றத்திற்குக் காரணம், அடிப்படை அறிவியலின் மிகச் சிறந்த ஆய்வாளர்கள் இல்லாதிருப்பதுதான். அவ்விதம் அவர்கள் இருந்திருந்தால் இன்று தரமான ஆய்வுகளுக்கான உயர்நிலையைச் சுட்டிக் காட்டுவதுடன் ஆலோசனைக் குழுக்களால் மேம்பட்ட பங்களிப்பினை செய்திருப்பார்கள்'* என அக்கடிதத்தில் எழுதியிருந்தார். *(Homi Jehangir Babha)*

டாடா நிறுவனம் போன்ற பரோபகார அமைப்புகள் நிதியுதவி தர முன்வரும் வகையில் அதற்குரிய மொழியில் பாபா கடிதம் எழுதியது இதுவே முதல்முறை. இவ்விதம் செய்வது எளிதல்ல. 1944, மார்ச், 24 அன்று ஜே.ஆர்.டி. டாடாவுக்கு தான் தனிப்பட எழுதிய கடிதத்தில் அறங்காவலருக்குத் தான் எழுதியதைக் குறிப்பிட்டு, *'நான் மிகுந்த தயக்கத்துடனே அக்கடிதத்தை எழுதியிருந்தேன். அறிவியலின் முக்கியத்துவம்*

கருதி, திருப்தி ஏற்படுத்தும் வகையில் எனது அடக்க ஒடுக்க பாவனையைக் காற்றில் பறக்கவிட்டுவிட்டு அப்படி எழுத வேண்டியதாயிற்று.' எனக் குறிப்பிட்டிருந்தார். (A Masterful Spirit). இதற்குப் பதிலளித்த டாடா, 'உங்களது கடிதம் பற்றி உணர்ச்சிவசப்படத் தேவையில்லை. நாங்கள் தொழில் துறையில் நன்கு ஊறிப்போனவர்கள். தங்களைப் பற்றி உயர்வாகக் கருதிக்கொள்பவர்கள் பற்றி அவ்வளவு எளிதில் அதிர்ச்சியடைய மாட்டோம். இதுபோன்ற பாவனைகளை நாங்கள் கண்டுகொள்வதேயில்லை' எனத் தெரிவித்தார்.

ராயல் சொஸைட்டியிலிருந்து சர் ஏ.வி. ஹில் இந்தியா வந்து திரும்பியபின் சில முக்கிய விஞ்ஞானிகள் இங்கிலாந்து, அமெரிக்கா, கனடா போன்ற நாடுகளுக்கு அக்டோபர் 1944 முதல் பிப்ரவரி 1945 வரை செல்வதற்குத் திட்டமிட்டனர். இதற்கான அழைப்பினை சாஹாவும் பட்நாகரும் ஏற்றுக்கொண்டனர். பாபா இந்த அழைப்பினை ஏற்றுக்கொள்ளவில்லை. ஏனெனில் அவர் இங்கிருந்து தனது ஆய்வு நிறுவனத்தைத் திட்டமிடும் பணியில் ஈடுபட எண்ணினார். மேலும் மேலைநாடுகளில் அறிவியல் ஆய்வுகள் எவ்விதம் நடைபெறும் என்பது அவருக்குத் தெரியாததல்ல. மேலை நாடுகளில் உள்ளது போன்ற ஆய்வுச் சூழலை இந்தியாவில் எவ்விதம் தோற்றுவிப்பது என்பதில் அவரது எண்ணம் முழுமையாக ஈடுபட்டிருந்தது.

டெல்லியில் ஏற்கெனவே பாபா ஹில்லுடன் உரையாடி யிருக்கிறார். அப்போது ஹில் அவரிடம், அடிப்படை இயற்பியலையும் தாண்டி வருங்காலத்தைப் பற்றிச் சிந்தியுங்கள். உங்களது திட்டங்களில் உயிரி – இயற்பியலையும் சேர்த்துக் கொள்ளுங்கள், ஏனெனில் 'இந்தியாவின் அடிப்படைத் தேவைகள் உயிரியல் துறைகளிலேயே உள்ளன' என்றார். (Bhabha and His Magnificient Obsession). ஆனால் பாபா இயற்பியலில் மட்டுமே அவ்வேளையில் கவனம் கொண்டிருந்தார். தனது நிறுவனத்தில் மூலக்கூறு உயிரியல் (Molecular Biography) போன்ற துறைகளில் கவனம் கொள்வதற்குப் பல தசாப்தங்கள் ஆகும் எனக் கருதினார்.

பாபா அவ்வேளையில் மனத்தில் கொண்டிருந்த திட்டங் களில் ஒன்று அணு ஆற்றல் உற்பத்தி. டாடாவிற்கு அவர் எழுதிய கடிதம் ஒன்றில், 'அடுத்த 20 ஆண்டுகளில் அணு ஆற்றலை இந்தியா மின்சாரம் தயாரிப்பதற்குப் பயன்படுத்தத் தொடங்கி னால் திறமை வாய்ந்த விஞ்ஞானிகளை வெளிநாடுகளில் தேடும் தேவை இருக்காது. நம் நாட்டிலேயே பலர் தோன்றி விடுவார்கள்' என்றார். (Homi Jehangir Babha). இந்நிலையை எட்டுவதற்கான அவரது நிலைகள் இரண்டு மட்டுமே. ஒன்று, மிகச் சிறந்த, தரமுள்ள விஞ்ஞானிகள் ஒருங்கிணைக்கப்பட

வேண்டும். இரண்டாவதாக அரசு நிதியுதவி வழங்குவதில் அதிகக் கட்டுப்பாடுகள் இருக்கக் கூடாது என்பதாகும்.

1945ஆம் ஆண்டு டாடா அறக்கட்டளை அடிப்படை ஆய்வு மையத்திற்கு (Institute of Fundamental Research) பம்பாய் பல்கலைக்கழகமும் அரசாங்கமும் நிதியுதவி அளிப்பதில் பங்களிப்புச் செய்ய வேண்டும் எனும் நிபந்தனையுடன் நிதி வழங்க ஒப்புக்கொண்டது. பாபாவின் சார்பில் டாடாவே அறக்கட்டளைக் கூட்டத்தில் நிதியளிப்புத் தேவை பற்றிப் பேசினார். அவ்வேளையில் பாபா பக்கத்து அறையில் காத்திருந்தார். டாடா குடும்பத்தினர் 'பம்பாய் திட்ட'த்தில் தங்களை ஈடுபடுத்திக்கொண்டவர்கள். அரசாங்கம், பல்கலைக்கழகம் ஆகியவற்றுடன் தனியார் நிறுவனமாகிய தாங்களும் இணைந்து மனிதாபிமானத்துடன் செயல்பட இதனை ஓர் அரிய வாய்ப்பாக அவர்கள் கருதினார்கள்.

டாடா அடிப்படை அறிவியல் ஆய்வு நிறுவனம் ஜூன் 1 அன்று பெங்களூரில் தோற்றுவிக்கப்பட்டது. ஆறு மாதங்களுக்குப் பிறகு அந்நிறுவனம் பம்பாயின் தென்பகுதியில் பெடர் சாலையில் (இன்றைய Dr. தேஷ்முக் மார்க்) உள்ள கெனில்வொர்த் எனும் இல்லத்திற்கு இடம் பெயர்ந்தது. அந்த இல்லம் பாபாவின் உறவினராகிய கூவர்பாய் பான்டேக்குச் சொந்தமானது. அதில் பாதிப் பகுதியை மாதம் ரூ. 200 வாடகைக்கு தனது நிறுவனத்திற்காக பாபா பெற்றிருந்தார். (பாபா அந்த இல்லத்தில்தான் பிறந்தவர்.) அவர் பிறந்த அறை அவரின் அலுவலகமானது. ஆய்வு நிறுவனம் 1945, டிசம்பர் 19 அன்று தொடங்கப்பட்டது.

தொடக்க விழா நிகழ்ச்சியில் பேசிய பாபா, தனது மாணவர் பருவ எண்ணங்களை நினைவுகூர்ந்தார். அன்றைய எண்ணங்கள் அறிவியலின் சமுதாயப் பணிகள் தொடர்பாக பெர்னால் கூறிய அறிவுரைக் கருத்துகளைச் சார்ந்திருந்தன எனத் தெரிவித்தார். பாபா தனது உரையில், *'அறிவியலையும் அதன் பயன்பாடுகளைத் தொடர்வதும் சாதாரணமான சமூகச் செயல்பாடு அன்று. அறிவியலே முழுமையான சமுதாயக் கட்டமைப்பிற்கு அடிப்படையானது. அறிவியல் இல்லாத வாழ்வினை எண்ணிப் பார்க்கவியலாது. மார்க்ஸ் கூறியபடி "மனிதனின் இயற்கை ஆற்றலே வரலாற்றின் ஆணிவேர்." நாம் நமது காலத்தில் மிகச் சிறந்த அறிவியல் வளர்ச்சி பெற்ற நாடுகள் உலகின் வரலாற்றை வடிவமைப்பதைக் கண்டுகொண்டிருக்கிறோம். அறிவியல் வளர்ச்சிகள் தத்துவார்த்த முக்கியத்துவம் பெற்று, நமது மனத்தின் திறன் அளவினை அதிகரிக்கச் செய்வதோடு பொது உணர்வுகளின் அடிப்படையில் உலகினை அறிவதில்*

நமக்குள்ள குறைபாடுகளையும் காண்பிப்பதாக உள்ளன... இந்த ஆய்வு நிறுவனத்தில் விண்கதிர்களைப் பற்றி ஆய்வு செய்வதே முக்கியப் பணியாக உள்ளது. வரும் காலத்தில் நமது ஆய்வுகள் அணுக்கரு இயற்பியல் தொடர்பாகச் சோதனை செய்யும் வகையிலும் அமையும் என்று நம்புகிறேன்... இத்தகைய அதிகப்படியான விரிவுப்படுத்தப்பட்ட மனித இனத்தின் அனுபவங்களுக்கு நமது தத்துவார்த்த, தர்க்கரீதியிலான அடிப்படைகளும் பரந்துபட்டதாக அமைந்திருத்தல் வேண்டும். கணிதவியல் இதற்கான ஆற்றல் மிகுந்த வழிமுறையாக உள்ளது. இதன் மூலம் வார்த்தைகளால் விவரிக்க முடியாதவற்றை எண்ணங்களின் அடிப்படையில் பரிமாறிக்கொள்ள இயலும்... நான் அறிவியலின் தத்துவார்த்த அம்சத்தைக் குறிப்பிடும் காரணம் என்னவென்றால், கருத்துகள் வாழ்வில் மிக முக்கியமானவை. இதற்கென மக்கள் இன்னல்களுக்குள்ளாகத் தயாராக உள்ளனர். புதிய கணிதமுறைகளைத் தோற்றுவித்து அவற்றால் இயற்கையை விவரிக்க பயன்படுத்தும் கோட்பாட்டு ஆய்வுகள் இந்த ஆராய்ச்சி நிறுவனத்தின் முக்கியப் பணியாக அமையவிருக்கிறது... இத்தகைய முழுமையான ஈடுபாட்டுடனான அறிவே, வருங்கால இளம் சந்ததியினரின் மூளைச் செயல்பாட்டு அகவொழுக்கத்திற்கு அடிப்படையாக அமையும் என நான் நம்புகிறேன். இதைவிடுத்து அழிவுபட்ட மொழிகளையும் குறைவுத் தன்மையுடைய பழங்காலத்திய தர்க்கவாதங்களைக் கற்றறிதலும் பயனளிக்கப் போவதில்லை.' (Homi Jehangir Bhabha)

பாபா பலவற்றையும் ஏற்கெனவே கவனத்துடன் சிந்திக்கத் தொடங்கிவிட்டார். டாடா அறக்கட்டளையிலிருந்து பதில் வருவதற்கு முன்பாகவே புகழ்பெற்ற விண்வெளி இயற்பியலாளரான சுப்ரமணியன் சந்திரசேகரைத் தனது ஆய்வு நிறுவனத்தில் பணியாற்ற வேண்டும் என அழைத்துக் கடிதம் எழுதினார். (சந்திரசேகர் இந்த அழைப்பினை ஏற்றுக்கொள்ள அடக்கத்துடன் மறுத்துவிட்டார்.)

இவ்வேளையில் (1945)விஞ்ஞானிகள் CSIRன் நிதி உதவியுடன் ஓர் அணு ஆற்றல் குழுவினை ஏற்படுத்தினர். இக்குழுவினர் இந்தியாவில் அணு ஆற்றல் உற்பத்திக்கான மூலப்பொருட்களை யும் அவற்றைப் பெறுவதற்கான வழிமுறைகளயும் பற்றிக் கண்டறிய வேண்டியிருந்தது. பாபாவை அக்குழுவின் தலைவ ராக இருக்கும்படி கோரினார்கள். அக்குழுவில் ஏற்கெனவே பட்நாகர், சாஹா, கிருஷ்ணன், சத்தியேந்திரநாத் ஆகியோர் உறுப்பினர்களாக இருந்தனர். இந்நடவடிக்கைகளெல்லாம் அமெரிக்காவின் முதல் அணுகுண்டு சோதனை, ஜப்பானில் அணுகுண்டு போடப்படுதல் ஆகிய நிகழ்ச்சிகளுக்கு முன்னரே நடைபெற்றது. இக்குழுவானது டெல்லியின் தேசிய இயற்பியல்

சோதனை நிலையம் கல்கத்தாவில் சாஹாவின் மேற்பார்வையில் சைக்ளோட்ரான் அமைக்கப்படும் இடம், பம்பாயின் பாபா நிறுவனம் ஆகிய மூன்று இடங்களில் அணு ஆய்வு மையங்களை உருவாக்க முனைந்தது. 1946இல் அக்குழு பம்பாயில் சந்தித்தது.

அந்தப் புதிய நிறுவனத்திற்கு நிதி பெறுவது 'பாபா முறை'யில் அமைந்திருந்தது. அதாவது ஒரு முக்கோண ஏற்பாட்டில் டாடா அறக்கட்டளைகள், மாநில அரசு (மகாராஷ்டிர அரசு), இந்திய அரசு எனும் வகையில் மூவரின் பங்களிப்பில் அமைந்தது. இத்தகைய ஏற்பாட்டினை டாடா அறக்கட்டளையினர் முன்மொழிந்திருந்தனர். இதே வகையில்தான் இந்திய அறிவியல் நிறுவனத்தின் IISC நிதி ஆதாரமும் அமைந்திருந்தது. அங்கும் டாடா அறக்கட்டளையினர், மைசூர் அரசு, இந்திய அரசு ஆகிய மூவரும் பங்களித்திருந்தனர். TIFR முதலாண்டு (1945–46) நிதி அறிக்கையின்படி மொத்த நிதி வரவு ரூ. 80,000, இதில் 45,000 டாடா அறக்கட்டளையும் ரூ. 25,000 பம்பாய் அரசாங்கமும் ரூ. 10,000 CSIR அமைப்பும் அளித்திருந்தனர்.

பெங்களூரில் தொடங்கிய ஆராய்ச்சித் திட்டத்தைப் புதிய நிறுவனத்திலும் தொடர்ந்தார் பாபா. IISCயில் விண்கதிர் ஆய்வுப் பிரிவில் பயன்படுத்திய கருவிகளை பம்பாய்க்கு இடமாற்றம் செய்தார். பம்பாய் பல்கலைக்கழகம் பாபாவிற்கு உதவ முன்வந்தது. வில்சன் கல்லூரிப் பேராசிரியர் டெய்லர் விண்கதிர்களில் ஆர்வம் கொண்டிருந்தார். அவரும் இணைந்து செயல்படத் தொடங்கினார். பெங்களூரிருந்து வந்திருந்த 'Cloud Chamber' கருவியின் பாகங்களை ஒன்றிணைப்பதற்கென்று புனித சவேரியர் கல்லூரியின் அருள் தந்தை ராஃபேல் தன்னுடன் பணியாற்றிய இரண்டு இளம் ஆய்வாளர்களை அனுப்பினார். பெங்களூரின் IISCயிலிருந்து எச்.எல்.என் மூர்த்தியை பாபா பம்பாய்க்கு அழைத்து வந்திருந்தார். இவர் தொழில் நுட்ப உதவியாளர்; ஆய்வுக் கருவிகளைக் கட்டமைப்பதில் சிறப்புப் பெற்றவர் என்பதை பாபா அறிந்திருந்தார். அவர் தனது பணியை அங்கு ஒரு 'Glass Blower' ஆகத் தொடங்கியிருந்தார். மூர்த்தியை மேலும் பயிற்சி பெற இங்கிலாந்தின் பிரிஸ்டாலுக்கு அனுப்பியிருந்தார்.

விண்துகள்களில் சோதனைகள் செய்வதற்கென ஓர் துகள் முடுக்கிக் கருவியை வடிவமைப்பதற்கு பாபா முயன்றார். துகள்களை மிகை ஆற்றல் அளவிற்கு இயங்கச் செய்து அவைகளை ஒன்றுடனொன்று மோதச் செய்வதன் மூலம் துகள்களின் பண்பினை அறியலாம். மோதலால் தோன்றும் பொருட்களை நுணுக்கமாக ஆய்வு செய்வதன் மூலம் மோதலில் துகள்கள் பிளவுபட்டனவா அல்லது புதிய துகள்கள் தோன்றினவா எனக்

கண்டறியலாம். இத்தகைய பரிசோதனைகளில் மோதலால் துகள்களின் பண்புகள் பற்றிய துப்புகள் கிடைக்க இயலும். ஆனால் துகள்களை மிகை ஆற்றல் நிலைக்கு கொண்டு செல்வது சிரமமானது. இதற்குக் காந்த அமைப்புகள் உடைய பெரிய கருவிகள் தேவை. அவற்றின் மூலம் காந்தப் புலனில் துகள்களை விசையுடன் செலுத்தவியலும். கல்கத்தாவில் அவ்வேளையில் நிர்மாணிக்கப்பட்டுக் கொண்டிருந்த சைக்ளோட்ரான் எனும் துகள்முடுக்கிகள் பயன்படும். ஆனால் அதனைப் பயன்படுத்துவதில் சில இடர்ப்பாடுகள் இருந்தன. பாபா இதற்கென ஒரு பீட்டாட்ரான் எனும் கருவியை ஜெனரல் எலக்ட்ரிக் நிறுவனத்தில் பெற்றுக்கொண்டு TIFRஇல் ஒரு முடுக்கியை அமைத்துக்கொள்ளலாம் என்று தெரிவித்தார். சிக்காகோவில் என்ரிக்கோ ஃபெர்மியும் (Enrico Fermi) இதே போன்றுதான் அமைத்துக்கொண்டிருந்தார். (இவரை மாணவராக இருந்த காலத்தில் ரோமில் பாபா சந்தித்திருக்கிறார்.) பாபாவின் கோரிக்கையின்படி CSIR அவருக்கு 1946ஆம் ஆண்டு ரூ. 40,000 வழங்கியது. ஆனால் அவ்வேளையில் அமெரிக்க அரசு துகள் முடுக்கிகளை ஏற்றுமதி செய்யத் தடைச்சட்டம் விதித்திருந்தது. பாபாவின் திட்டம் தோல்வியுற்றது. (GE விலையை மிக அதிகமாக உயர்த்தியதால் ஃபெர்மியும் இதனை வாங்க இயலவில்லை. தானாகவே ஒன்றை அமைத்துக்கொள்ள நேரிட்டது.)

பீட்டட்ரான் பயன்படுத்த இயலாத நிலையில் பாபா, தான் ஏற்கெனவே செய்ததுபோல அதிஉயரப் பகுதிகளில் கருவிகளைத் தூக்கிச்சென்று விண்கதிர் ஆய்வு செய்யும் முறையை மேற்கெள்ள எண்ணினார். ஆனால் புதிதாக அமைக்கப் பட்டிருக்கும் இந்திய விமானப் படையின் விமானங்களைக் கேட்டுப்பெற இயலாத நிலை. எனவே கருவிகளைப் பலூன்களில் உயரத்தில் காற்று வெளிக்குத் தூக்கிச் செல்ல எண்ணினார். ஆற்றல்மிகு துகள்களைப் பற்றி ஆய்வு செய்வதற்கு இதுவும் ஒரு முறைதான். இந்தியா, காந்தவிசை கொண்ட பூமத்திய ரேகைக்கு அருகில் அமைத்துள்ளதால் குறைந்த ஆற்றல் கொண்ட துகள்கள் (இவை ஒலியாக மட்டுமேயுள்ளன). அவை புவியின் காந்தவிசைப் புலத்தால் பிரதிபலிக்கப்பட்டுவிடும். மிகை ஆற்றல்கொண்ட துகள்கள் மட்டுமே எஞ்சியிருக்கும். இவையே பலூனில் கட்டிவிடப்பட்டிருக்கும் துகள்கள் கண்டுபிடிப்புக் கருவிகளினுள் நுழைய வேண்டும். இத்தகைய விண்கதிர் ஆராய்ச்சிகளை இந்தியாவில் மேற்கொள்ளுவதற்கு வேறுபல காரணங்களும் உண்டு. இந்தியாவில் உயர்ந்த சிகரங்களைக் கொண்ட மலைத் தொடர்கள் உண்டு. இவ்விடங்கள் மிக உயரத்தில் விண்கதிர்களைப் பற்றி அறிவதற்கு உகந்த இடங்கள்.

பலூன்களைப் பறக்கவிடுவதால் குறைந்த கால அளவில் தரவுகளைத் திரட்ட வேண்டும். மலை உச்சிகளில் தரவுகள் பெறும் செயல்பாட்டைச் சற்று நீண்ட நேரம் மேற்கொள்ளலாம். இந்தியாவில் பல சுரங்கங்கள் உண்டு. இச்சுரங்கங்களின் அடிப்பகுதியில் கருவிகளை வைத்தும் விண்கதிர் ஆய்வுகள் மேற்கொள்ளலாம். இத்தகைய அமைப்பினால் மேல் வெளிப்பகுதியில் உறிஞ்சப்படும் பல துகள்களை நீக்கிவிடலாம். பிற துகள்களைக் கீழ்ப்பகுதிகளில் உள்ள கருவிகளால் உணரலாம். இப்பண்புகளால் இயற்பியலாளர்கள் பல்வேறு துகள்களுக்குச் சாதாரண வடிகட்டும் அமைப்புகளைக் கொண்டிருத்தல் போதுமானதாக இருக்கும். இத்திட்டத்திற்கு பாபா ஒரு சிலரை மட்டுமே நியமனம் செய்துகொண்டார். நியமனம் செய்த வேறு சிலரை பலூன் ஆய்வுகளில் பணிசெய்ய உத்தரவிட்டார். இவ்வகை ஆய்வுகள் வருங்காலத்தில் TIFRஇன் பெரிய செயல்பாடாக அமையவிருந்தன.

இந்தியச் சூழ்நிலைக்கு இவ்வகை ஆராய்ச்சிக் கட்டமைப்பு பொருத்தமானது என பாபா உணர்ந்தார். ஏனெனில் இத்தகைய முன்னணி ஆராய்ச்சிக்கு மிகக் குறைந்த அளவிலேயே நிதி ஆதாரம் தேவைப்பட்டது. மேலும் இத்தகைய செயல்கள் இந்தியாவில் நவீன இயற்பியல் ஆய்வுகளுக்கான தொழில்நுட்ப முறைகளை அறிந்துகொள்வதற்கும் வழிவகுக்கும். நிதி ஆதாரக் குறைபாடு, தொழில்நுட்ப அனுபவக் குறைபாடுகள், சோதனை களின் அடிப்படையிலான அறிவியல் செயல்முறை மரபுகள் இல்லாத நிலை ஆகிய சூழலிலும் இந்திய இளம் விஞ்ஞானிகள் நம்பிக்கை பெற்று அறிவியல் முடிவுகளை எட்டுவதற்கு உதவும்.

பாபா தொடர்ந்து தனது கோட்பாட்டு இயற்பியல் திட்டங்களிலும் ஈடுபட்டுவந்தார். புதிய நிறுவனத்திலிருந்து 'பாபா சமன்பாடு' எனும் கோட்பாட்டுடன் முதல் ஆய்வுக் கட்டுரை 1945ஆம் ஆண்டு 'Review of Modern Physics' ஆய்வு இதழில் வெளியானது. அவ்விதழ் நீல்ஸ் போரின் (Niels Bohr) 60ஆவது பிறந்தநாளுக்கான சிறப்பு மலராகும். பாபா, சக்ரவர்த்தியுடன் (Chakrabarti) தனது விண்கதிர் பொழிவுகள் பற்றிய ஆராய்ச்சியை யும் தொடர்ந்தார்.

பாபாவின் முன்னாள் வழிநடத்துநராகிய டிராக், பாபாவின் நிறுவனத்தில் சிறந்த 'கணிதவியல்குழு' இருக்க வேண்டும் எனக் கூறியிருந்தார். அவ்வாறு இல்லையெனில் கோட்பாட்டு இயற்பியல் தொடர்பான செயல்பாடுகளை மேற்கொள்ளவியலாது என்றும் தெரிவித்திருந்தார். எனவே பாபா ஒரு சிறந்த, இளமையான கணிதவியலாளரைத் தேடத் தொடங்கினார். இன்றைக்கு TIFRஇன் கணிதப் பிரிவு

இந்தியாவின் மிகச் சிறந்த ஒன்றாக விளங்கிவருகிறது. இங்கு சேர்ந்த முதல் கணிதவியலாளர் தாமோதர் டி. கோசம்பி *(Damodar D Kosambi)*. இவர் கணிதவியலோடு வரலாறு, தொல்லியல் போன்ற துறைகளிலும் ஆர்வம் கொண்டிருந்தவர். 'இந்தியவியல் அறிஞர்' எனும் பெயர் பெற்றவர். இந்திய வரலாற்று ஆய்வுகளை மாற்றி அமைப்பதில் பங்களித்தவர். 1946இல் பாபாவின் அழைப்பினை ஏற்பதற்கு முன் புனேயில் ஒரு கல்லூரியில் பணியாற்றிக்கொண்டிருந்தார். TIFRஇல் இணைந்த மற்றொரு கணித மேதை கே. சந்திரசேகரன். இவர் பிரின்ஸ்டனின் புகழ்பெற்ற மேல்நிலை ஆய்வு நிறுவனமான *Institute of Advanced Studies*இல் பணியாற்றிக் கொண்டிருந்தவர்.

அப்போது இந்தியா ஒரு கொந்தளிப்பான சூழ்நிலையில் இருந்து கொண்டிருந்தது. சமுதாய ஒற்றுமையைச் சீர்குலைக்கும் வகையில் அமைந்திருந்த இந்தியாவின் பிரிவினைக்காலமது, பம்பாயில் வன்முறைப் போராட்டங்கள் நடந்துகொண்டிருந்தன. இந்நிலைமைகள் பற்றி கோசாம்பி அவர்கள் பாபாவிற்கு எழுதிய கடிதமொன்றில் (பாபா 1946இன் இறுதிப் பகுதியில் வெளிநாட்டிற்குச் சென்றிருந்தார்), *'கடந்த மூன்று மாதங் களாகக் கலவரம், கடைகள் உடைப்பு போன்ற நிகழ்வுகளால் பாதிக்கப்பட்ட பம்பாய் இன்னும் இயல்பு நிலைக்குத் திரும்ப வில்லை. பாதிப்படைந்த பகுதிகளின் வழியாக வாரத்திற்கு இரண்டு முறை சென்றுவருகிறேன். இச்சூழலில் நமது ஆய்வு களில் முன்னேற்றம் எதுவுமில்லை. தாட்டேயின் (Thatte's) விண்கதிர் ஏற்பிகள் இன்னும் நிறைவு பெறாத நிலையிலேயே உள்ளன' (A Masterful Spirit)*

தன்னுடன் பணியாற்றக்கூடியவர்களை இந்தியாவிலும் பிற நாடுகளிலும் பாபா தேடத் தொடங்கினார். இதற்கென 1946ஆம் ஆண்டில் ஆறு மாதங்கள் ஐரோப்பாவிலும் யு.எஸ்.ஏ –விலும் பயணம் செய்தார். அந்த ஆண்டு பிரித்தானியப் பேரரசின் முதல் அறிவியல் மாநாடு *(The First Empire Scientific Conference)* நடைபெற்றது. அம்மாநாட்டில் இந்தியப் பிரதிநிதி யாக பாபா கலந்துகொண்டார். பிற ஆய்வு நிலையங்களைப் பற்றி அறிந்துகொள்வதற்கும் இது நல்ல வாய்ப்பாக அமைந்தது. இந்தியாவின் அணுசக்திக் குழுவின் தலைவர் என்ற வகையில் பிற நாடுகளில் அணுக்கரு ஆய்வுகளின் நிலையை அறிந்திட எண்ணினார். அணு ஆராய்ச்சிகள் தொடர்பாக ஒரு கமுக்க நிலை அனைத்து இடங்களிலும் இருந்ததால் ஆய்வுகள் பற்றிய செய்திகளை எளிதில் பெற இயலவில்லை. ஆர்வமுள்ள இளம் இந்திய இயற்பியலாளர்களை அங்கு தேடினார். அவர்கள் இந்தியாவிற்குத் திரும்பித் தனது ஆய்வகத்தில் பணி செய்ய வேண்டும் எனவும் விரும்பினார்.

அத்தேடுதல்களில் ஓரளவிற்கு வெற்றியும் கிடைத்தது. அவ்விதம் அவர் சந்தித்த மிகச் சிறந்த, புகழ்பெற்ற ஒரு மாணவர் ராஜா ராமண்ணா. அவரை லண்டனின் கிங்ஸ் கல்லூரியில் சந்தித்தார். அவர் பி.எச்.டி முடித்த பிறகு மேலும் ஓராண்டு அங்கு தங்கியிருந்து அணுக்கரு பிளத்தல் பற்றிக் கற்றுக் கொள்ளத் தேவையான நிதி ஆதாரத்திற்குரிய ஏற்பாட்டினை பாபா செய்துகொடுத்தார். அதன்பின் ராஜா ராமண்ணா 1949இல் TIFRஇல் இணைந்தார். அங்கு அவர் இந்திய அணு ஆற்றல் திட்டங்களின் கட்டமைப்பு விற்பன்னர்களில் ஒருவராகச் செயல்பட்டார். மற்றொரு மாணவராகிய பி.வி. தோசார் (B.V. Thosar) இங்கிலாந்திலிருந்து திரும்பியபின் TIFRஇல் சேர்ந்தார்.

பாபா இந்தியாவில் மாணவரிடையே சிறந்த ஒருவரைத் தேடிக்கொண்டிருப்பது பற்றிய செய்தி பரவியது. பாபாவைச் சந்தித்த பலரும் அவரிடம் ஆர்வத்துடன் உரையாடியது பற்றி அறிவியல் வரலாற்று அறிஞராகிய ராபர்ட் ஆண்டர்சன் கூறுகையில், 'கல்லூரிகள், பல்கலைக்கழக வளாகங்கள் அல்லது சந்திக்க வாய்ப்பு கிடைத்த இடங்களிலெல்லாம் அப்பணி நடைமுறைச் சாத்தியமானதாகப் பேசப்பட்டது. எப்போதும் தயக்கத்துடனும் பிறரின் மிரட்டல்களுடனும் நேர்முகத் தேர்வுகளை எதிர்கொள்ளும் மாணவர்களுக்கு பாபாவின் கூற்று சாத்தியமானதாகத் தோன்றியது. நேர்முகத் தேர்விற்கு அழைக்கப்பட்டவர்களில் பலர் நன்கு கிளைத்து வளர்த்துவரும் பாபாவின் நிறுவனங்களில் பணியிலமர்ந்து பாபாவின் சக ஆய்வாளர்கள் ஆகினர். சாஹா சிலரைத் 'தனது மாணவர்' எனச் சிறப்பாகக் கூறிக்கொள்வது போன்று பாபா இளைஞர்களைக் கருதிக்கொள்வதில்லை. அவர்களிடம் பழகுவதில் எத்தகைய வேறுபாடும் காண்பதைத் தவிர்த்து விடவே முயற்சித்தார். இத்தகைய முயற்சி இளைஞர்களுக்கும் தனக்கும் எளிதானதன்று என்பதனை அறிந்திருந்தார். இவ்வகையில் அவர் ஓர் ஆய்வுக் குழுமத்தை உருவாக்கினார். அவர்கள் பம்பாயிலும் பெங்களூரிலும் அடுத்தடுத்து சந்தித்தனர்' (Nucleus and Nation) எனக் குறிப்பிட்டிருந்தார்.

அத்தகைய மாணவர்களில் ஒருவர் பி.வி. ஸ்ரீகண்டன் (B.V. Sreekantan) இவர் பெங்களூர் IISC மாணவர் (இவர் பிற்காலத்தில் TIFRஇன் இயக்குநர் ஆனார்). இவரது நேர்காணல் ஒரே நாளில் இரண்டு முறை நடைபெற்றது. கோட்பாட்டு இயற்பியல் ஆய்வுகளைத் தொடர்வதா, சோதனை முறை இயற்பியலைத் தொடர்வதா என்பதை ஸ்ரீகண்டனால் தீர்மானம் செய்ய இயலவில்லை. பாபாவிடம் ஆலோசனை கேட்டார். ஸ்ரீகண்டனுக்கு மின்னணுவியல் தெரியுமாகையால் சோதனை முறை இயற்பியல் அவருக்குப் பொருத்தமாக அமையும் என்று

கருதிய பாபா, இறுதி முடிவை அவரையே மேற்கொள்ள விட்டுவிட்டார். பாபாவின் கருத்தை ஏற்றுக்கொண்ட ஸ்ரீகண்டன் *IISC*யிலிருந்து விலகி *TIFR*இல் சேர்ந்தார். அவ்வேளையில் *TIFR*இல் சிறந்த நூலகமோ, தொழில் பட்டறையோ இல்லை.

ஸ்ரீகாந்தனின் உதவியுடன் பாபா கோலார் தங்கச் சுரங்கத்தின் உட்பகுதியில் விண்கதிர் ஆய்வு அமைப்பினைப் பொருத்தினார். 3 கி.மீ. ஆழத்தில் அமைந்திருந்த அந்த ஆய்வமைப்பு உலகின் மிக ஆழத்தில் அமைக்கப்பட்டவற்றில் ஒன்றாகும். விண்கதிர்களின் இயக்க வேகம் புவியின் ஆழப்பகுதியில் எவ்விதம் அமையும் என்பதைக் கண்டறிய பாபா முயன்றார். மேலும் தரைப்பகுதியில் காணப்படுவதைப் போன்று ஆழப்பகுதியிலும் அத்துகள்கள் பெரும்பாலும் மூவான்களே எனவும் கண்டுபிடிக்க எண்ணினார். இதுவே இந்தியாவின் ஆழ்பகுதி சோதனை நிலையமாகும். அத்தகைய ஆழத்திற்குக் கருவிகளை அனுப்புவது எளிதன்று. மின்சார வசதியைக் கொடுப்பதுச் சிரமமானது. பாபாவின் முன்னறிவுத் திறனால் கோலார் சுரங்கங்களில் முக்கிய ஆய்வுகள் அவரின் மறைதலுக்குப் பிறகே நடைபெற்றன. அப்போது அங்கு கண்டறியப்பட்ட மூவான்கள் விண்வெளியிலிருந்து வரவில்லை. அவை புவிச்சூழலில் தோன்றியவையே எனவும் தெரியவந்தது.

பல பல்கலைக்கழகங்களிலிருந்து மாணவர்கள் தொடர்ந்து இங்கு வரத் தொடங்கினார்கள். திறமையானவர்கள் புதிய ஆய்வு நிலையத்தால் ஈர்க்கப்பட்டனர். சில நாட்களுக்கென இங்கு வந்த ஒரு சிலர் இந்த மையத்திலேயே கற்பிக்கும் எண்ணத்துடன் தங்களை இணைத்துக்கொண்டார்கள். அவ்விதம் பனாரஸ் இந்து பல்கலைக்கழகத்திலிருந்து வந்திருந்த ஏ.எஸ். ராவ் அங்கு பணியில் அமர்ந்தார். பம்பாயில் ஒரு தொழில் நுட்ப நிறுவனத்தி லிருந்து வந்திருந்த டி.ஒய். ஃபடாக்கே அங்கு நிலைத்து நின்று விட்டார். பம்பாயில் *RIS*இன் டர்மாத்தி அங்கு ஆசிரியரானார்.

பெடார் சாலையிலிருந்த இல்லம் நிரம்பியிருந்தது. தனது கனவுத் திட்டம் நன்கு செயல்பட வேறு நல்ல இடத்தை பாபா தேடத் தொடங்கினார். செப்டம்பர் 1949இல் ‘இந்தியாவின் வாயில்’ எனப்படும் இடத்திற்கு அருகில் உள்ள கட்டிடத்திற்கு பாபாவின் நிறுவனம் இடம் பெயர்ந்தது. இங்கு இதற்கு முன்பு பம்பாயின் படகுக் குழுமம் *(Bombay Yacht Club)* செயல்பட்டு வந்தது. ஆங்கிலேயர் ஆட்சிக் காலத்தில் பணியாளர்களைத் தவிர ஆங்கிலேயர்கள் அல்லாதவர்கள் எவரும் அக்கட்டடத்தினுள் நுழைய இயலாது. இப்போது அதன் புகழ்பெற்ற ‘ஆடல் அரங்கு’ நூலகமாக மாறியது. அன்றைய பணியாளர்களின் வேலை இருப்பிடங்கள் இன்று புதிய அலுவலகங்கள் ஆயின. இந்த

இடம் முதலில் இருந்த கட்டடத்தைக் காட்டிலும் நான்கு மடங்கு பெரிதாக அமைந்திருந்தது. பெடர் சாலையிலிருந்த பழைய இடமும் TIFRஇன் ஒரு பகுதியாகத் தொடர்ந்ததும் அங்கும் சில ஆண்டுகள் பணிகள் நடைபெற்றன.

புதியவர்களைத் தேர்ந்தெடுத்துப் பணியில் அமர்த்துவ தோடு உலகின் புகழ்பெற்ற விஞ்ஞானிகளையும் அவ்வப்போது பாபா இங்கு வரவழைத்தார். இதனால் இங்குள்ள ஆய்வாளர்கள் பிற இடங்களில் நிகழ்வனவற்றை அறிந்துகொள்ள ஏற்பாடு செய்ததோடு, இங்கு ஒரு பன்னாட்டு அமைப்பின் இயல்புத் தன்மையை உருவாக்க முயன்றார். ஆனால் அண்மையில் இந்தியா சுதந்திரம் பெற்றிருந்த நிலையில் வெளிநாட்டிலிருந்து பெரும் விஞ்ஞானிகளை இங்கு வரவழைக்க முடியவில்லை. அவ்வேளையில் அந்நியச் செலவாணித் தொகையைப் பெற்றுச் செலவு செய்வது எளிதானதல்ல. ஆனால் பாபா இந்தியத் தலைவர்களுடனும் அரசு அதிகாரிகளுடனும் கொண்டிருந்த தொடர்புகள் அதனையும் சாதிக்கச்செய்தன.

அவ்விதம் வருகை புரிந்த முதல் பார்வையாளர் பாட்ரிக் பிளாக்கெட். அவர் 1947இல் TIFRக்கு வருகை புரிந்தார். 1950இல் பாபா விண்கதிர்கள் – அடிப்படைத் துகள்கள் பற்றிய பன்னாட்டுக் கருத்தரங்கம் ஒன்றிற்கு ஏற்பாடு செய்திருந்தார். இந்நிகழ்ச்சிக்குப் பல நாடுகளின் முன்னணி அறிவியலாளர்கள் வருகைபுரிந்தனர். இந்த ஏற்பாடு மாணவர்களுக்குச் சிறந்த அகத்தூண்டுதல் அளிப்பதாக விளங்கியது. அக்கருத்தரங்கின் இறுதியில் முடிவுரை நிகழ்த்திய பிளாக்கெட் இவ்வாறு கூறினார்: 'எனது அனுபவத்தில் இத்தகைய அழகிய இடத்தில் ஆர்வமூட்டும் வகையிலான அறிவியல் கருத்தரங்கம் நடை பெற்றதுபோன்று நேர்த்தியாக வேறு எங்கும் நான் கண்டதில்லை. இக்கருத்தரங்கம் எனக்குப் பயனளிக்கும் உன்னதமானதாக விளங்கியது. இத்தனை ஆர்வமுள்ள இளம் இந்திய விஞ்ஞானி களைக் காண்பது மகிழ்ச்சியளிக்கிறது. இவர்களிடமிருந்து வருங்காலத்தில் பலவற்றையும் எதிர்பார்க்கிறோம்.' (Bhabha and His Magnificient Obsession)

1950ஆம் ஆண்டு அமெரிக்காவிலிருந்து ஒரு துடிப்பான இளம் இயற்பியலாளர் TIFR இல் இணைந்தார். அவர் ஜெர்மனி யில் பிறந்த பெர்னார்டு பீட்டர்ஸ் (Bernard Peters). நாஸிஸம் ஜெர்மனியில் வளர்ச்சியுற்றபோது அமெரிக்கா சென்றவர் இவர். மன்ஹாட்டன் திட்டத்தின் தலைவரான ராபர்ட் ஓப்பன்ஹைமரிடம் பி.எச்.டி ஆய்வுப் பட்டம் பெற்றவர். அவர் கம்யூனிச ஆதரவாளர் எனக் கருதப்பட்டதால் அவருக்கு முறையான பணிநிலை கிடைக்கவில்லை. இத்தகைய

குற்றச்சாட்டை 1949இல் நிகழ்ந்த ஐக்கிய நாடுகள் சபை – அமெரிக்க செயல்முறைக் குழுமக் கூட்டத்தில் (UN – American Activities Committee) ஒப்பன்ஹைமர் சொல்லிவிட்டார். நாஸிக்களை எதிர்த்து இளம்வயதில் போராடுகையில் பீட்டர்ஸ் கம்யூனிஸக் கட்சியில் சேர்ந்திருந்ததால் அவ்விதம் தெரிவித்தார்.

தனது நிறுவனத்தில் இணையும் விஞ்ஞானிகளின் அரசியல் ஈடுபாடுகளை பாபா பொருட்படுத்துவதில்லை. 1951ஆம் ஆண்டில் ரஸ்டம் சோக்ஸிக்கு (Rustom Choksi) லண்டனிலிருந்து அவர் எழுதிய கடிதத்தில், சோவியத் விஞ்ஞானிகளுடன் இணைந்து ஆய்வுகள் மேற்கொள்ள விரும்புவதாகத் தெரிவித்தார். 'பொறுப்பான அறிவியலாளர்களாகிய டிராக், பிளாக்கெட் போன்றவர்களுக்கு கம்யூனிஸ்டுகளுடன் எவ்விதத் தொடர்பும் கிடையாது. இருப்பினும் அவர்கள் ஆய்வுத் திட்டத்திற்குச் சிறந்த நபர்களின் தொடர்புகள் தேவை என்று கருதி இத்தகைய அழைப்புகளை ஏற்றுக்கொள்ள வேண்டும். வருங்காலத்தில் தேவைகளைப் பொறுத்து சோவியத் யூனியனில் என்ன நடைபெறுகிறது என்பதை நான் காண விரும்புகிறேன். ஓர் உயரிய கல்விப்புல நிறுவனம் என்ற அளவில் TIFR ஆனது பிரித்தானியப் பல்கலைக்கழகங்களைப் போன்று அறிவாற்றலில் சுதந்திர இயல்பு கொண்டதாக விளங்க வேண்டும். அத்தகைய இயல்புகொண்டிருந்தால் மட்டுமே சிறந்த தகுதியுடையவர்கள் நிறுவனத்திற்குக் கிடைக்கவியலும்.' (Masterful Spirit)

பாபா 1949இல் பீட்டர்ஸை நியூயார்க்கில் சந்தித்தார். அவரிடம் TIFRஇல் திட்டமிடப்பட்டுள்ள பலூன் பரிசோதனைகள் பற்றித் தெரிவித்தார். இத்தகைய ஆய்வுகளைத் தானும் யோசித்துக்கொண்டிருப்பதாக அவர் கூறினார். அவரை TIFRஇல் பணியில் சேருமாறு பாபா கோரினார்.

TIFRஇல் இணைந்த முக்கிய விஞ்ஞானி பீட்டர்ஸ். இவர் 1948இல் ரோச்சஸ்டர் பல்கலைக்கழகத்தில் எச்.ஐ. பிராட்டுடன் (H.I. Bradt) இணைந்து ஒரு முக்கியக் கண்டுபிடிப்பினை நிகழ்த்தியவர். இவர்கள் அணுக்கருவிற்கு மிகுந்த உணர்திறன் கொண்ட புகைப்படக் குழம்பியை (Emulsion) பலூனின்மீது அமைத்து விண்ணின் மிக உயர்ந்த பகுதிகளில் ஆய்வுகள் மேற்கொண்டிருந்தனர். இவ்வெளியில் விண்கதிர்களின் அடிப்படைத் துகள்களைப் பிடிக்க முடியும். இதில் விண்துகள் களுடன் மோதலுற்றுத் தோன்றும் இரண்டாம் நிலைப் பொருட்கள் சிக்க வாய்ப்புகள் இல்லை. இவர்களின் 1948ஆம் ஆண்டுச் சோதனை, விண்கதிர்களும் புவிப்பரப்பும் ஒரேமாதிரியான தனிமங்களால் ஆனவையே என்பதை முதல்முறையாக நிரூபித்தது. பிரபஞ்சத்தின் பிற பகுதிகளுடன் ஒப்பிடுகையில் கோபர்னிக்கஸ்

பார்வையின்படி எந்த வகையிலும் புவியில் உள்ள நாம் தனிச்சலுகைப் பெற்றவர்கள் இல்லை என்பது நிரூபணமானது. கனத்த உட்கரு கொண்ட அணுக்களைக் காட்டிலும் எடை குறைந்த தனிமங்களாகிய லித்தியம், பெரில்லியம், போரான் போன்றவை மிகக் குறைந்த அளவிலேயே உள்ளன என விவரித்தார். இது ஆர்வமூட்டும் கண்டுபிடிப்பு. ஏனெனில் இத்தகைய எடை குறைந்த தனிமங்கள் சூரியமண்டலத்திலும் மிகக் குறைவாகவே உள்ளன.

தங்களது சோதனைகளின் முக்கிய நோக்கத்தை பீட்டர்ஸ், பாபாவிற்கு விவரித்தார். அவர்கள் விண்கதிர்களின் அடிப்படைப் பொருட்களில் பருப்பொருளின் அளவானது பருப்பொருள் – எதிர்துகள் அளவிற்கு இணையானதுதானா? அல்லது எதிர் மின்னியல்பு கொண்ட எடைமிகு அணு உட்கருக்களுக்கு இணையானதா? என அறிய விரும்பினர். ஏற்கெனவே எலக்ட்ரான்களின் எதிர் மின்னணுக்களாகிய பாசிட்ரான்கள் விண்கதிர்களில் கண்டுபிடிக்கப்பட்டுள்ளன. அவைகள் பெரும்பாலும் காற்றுப்பொழிவின் இரண்டாம் நிலைத் தோன்றி களாக இருக்க வேண்டும். ஒரு இணைத்துகளால் உருவாக்கப்பட்ட ஒரு ஃபோட்டான் எப்போதும் பருப்பொருளாகவோ அல்லது எதிர்ப் பருப்பொருளாகவோ இருக்கலாம். அல்லது, 'நமக்குத் தெரிந்தமட்டில் பருப்பொருளும் எதிர் பருப்பொருளும் ஒருங்கே, சமஅளவில் தோற்றுவிக்கப்படுகின்றன (The Decade of my Association with Research in India). ஆனால் இப்படிக் கூறுவதை ஒரு புதிர் போன்றுள்ளதாக உணரலாம். நமது புவியிலும் சூரிய மண்டலத்திலும் நாமறிந்தமட்டிலும் எதிர் – பருப்பொருள்களைக் காட்டிலும் பருப்பொருள் அதிகமாகவே அமைந்துள்ளது. இவை தொடர்புகொள்ளும்போது ஒன்று மற்றொன்றை நிர்மூலமாக்கி எதிர் இயக்கம் என்ற வகையில் ஆற்றல் உருவாக்கப் பட்டு விடுகிறது. அத்தகைய ஆற்றல் மிகுந்த வெடிப்புகள் சூரிய மண்டலத்தின் எப்பகுதியிலும் நிகழ்பவைகளாக இல்லாதிருப்ப தால் இத்தகைய வெடிப்பு பிரபஞ்சத்தின் பருப்பொருளில் மட்டுமே நிகழ்வதாகக் கொள்ளலாம். பீட்டர்ஸின் கருத்துப்படி, 'ஏன் ஒரே வகை (அதாவது பருப்பொருள்) சூரியமண்டலத்தி லும் அதனைத் தாண்டிய வெளியிலும் உள்ளது என்பது புரியாததே. இக்கருத்தினைத் தொடர்ந்து எழும் இயல்பான கேள்வி விண்கதிர்கள் பற்றியதே. விண்கதிர்கள் எங்கிருந்து வருகின்றன? எங்கு உற்பத்தியாயின?

இத்தகைய முக்கியக் கேள்விகளுக்கான விடைகளை அறிவதற்கு இந்தியாவின் புவியியல் அமைப்பு பொருத்தமானது என பீட்டர்ஸ் பாபாவிடம் கூறியிருந்தார். இந்திய நிலப்பரப்பு காந்தவிசை கொண்ட பூமத்திய ரேகைக்கு அருகில் உள்ளது.

இந்தியாவிற்கு மேற்குப் பகுதியில் அமைந்துள்ள புவிக் காந்தப்புலம் பற்றி விவரித்த பீட்டர்ஸ் கூறியதாவது: 'கிழக்குத் திசையிலிருந்து வரும் நேர்மின் துகள்கள் சில ஆற்றல் இடைவெளிகளில் புவிப்பரப்பினை வந்தடையாமல் தடுக்கப்பட்டுவிடுகின்றன. அதே வேளையில் மேற்கு திசையிலிருந்து வரும் எதிர் மின் ஆற்றல் (ie; எதிர் – அணு உட்கரு) கொண்ட துகள்களும் தடுக்கப்படு கின்றன. இவ்வகையில் இயற்பியல் மற்றும் விண்ணியல் துறைகளின் மிக அடிப்படை அறிதலுக்கான உண்மைகளை, பூமத்தியரேகைப் பகுதிக்கு மேல் உள்ள மேலடுக்குப்பகுதியில் (Stratosphere – 10–50 கி.மீ.) வந்து சேரும் விண்கதிர் துகள்களின் திசை சார்ந்த அளவுகளைக் கணக்கிடுவதன் மூலம் உணரலாம். இத்தகைய ஆய்வினை இந்தியாவிற்கு மேலுள்ள சூழல் பகுதியில் நிகழ்த்தவியலும்.

பீட்டர்ஸ் முதலில் மதராஸிற்கு வருகை புரிந்திருந்தார். இங்கு மதராஸ் கிறிஸ்தவக் கல்லூரி (Madras Christian College) வளாகத்திலிருந்து பலூன்களை மேலே பறக்கவிட்டு ஆய்வுகளை மேற்கொண்டார். (அவ்வேளையில் அவருக்கு உதவிகள் செய்த மாணவர் ஜி. வெங்கட்ராமன். இவர் பிற்காலத்தில் பாபாவின் வாழ்க்கைச் சரித்திரத்தை நூலாக எழுதியவர்.) அங்கு மேற்கொண்ட ஆய்வுகள், பாபாவின் அழைப்பினை பீட்டர்ஸ் ஏற்றுக்கொள்ள உந்துதலாக விளங்கின. அவர் அமெரிக்காவிற்குத் திரும்பச் சென்றுவிட்டு, பின் தனது குடும்பத்துடன் பம்பாய் திரும்பி னார். அங்கு TIFRஇல் 1951இலிருந்து ஏழு ஆண்டுகள் பணிபுரிந்தார். பிறகு தனது தனிப்பட்ட காரணங்களுக்காக டென்மார்க் திரும்பினார். பீட்டர்ஸ் இங்கு தங்கியிருந்த வேளையில் விண்கதிர் சோதனைகள் தொடர்பான அனைத்துப் பொறுப்புகளையும் பாபா அவரிடமே விட்டுவிட்டார்.

TIFR குறித்து அவரின் முதல் பார்வையில் தோன்றிய எண்ணங்களை பம்பாயிலிருந்து தனது குடும்பத்திற்கு, செப்டம்பர் 1950இல் எழுதினார். எனது முதல் பார்வையில் தோன்றிய எண்ணங்களின்படி TIFR எனக்கு அனுகூலமானதாகவே அமைந்துள்ளது. நான் எதிர்பார்த்ததைக் காட்டிலும் மிகச் சிறப்பாக உள்ளது. ஆர்வமும் அறிவுத்திறனும் கொண்ட பல ஆய்வாளர்களை இங்கு நான் சந்தித்தேன். பார்த்த உடனேயே அவர்களை எனக்குப் பிடித்துவிட்டது. முன்னாள் பிரித்தானிய காலத்து அதிகாரிகளின் கிளப் கட்டடத்தில் இந்நிறுவனம் உள்ளது. இவ்விடத்தைக் கண்டால் ராச்செஸ்டரில் உள்ள அனைவரும் பொறாமைப்படுவார்கள். நூலகம் வசதிகளுடன் பெரிய அளவில் உள்ளது. மின்னணுவியல் சோதனைக்கூடமும் தொழிற்கூடமும் நன்கு உள்ளன. இந்நிறுவனம் ஒரு கடற்கரை வளைகுடாப் பகுதியில் உள்ளது. கடற்கரைப் பகுதிக்கும் இக்கட்டிடத்திற்கும்

இடையில் ஒரு சிறிய மலர்ப்பூங்கா உள்ளது. இங்கு தங்குவதற்குச் செயலாளர் திரு. காட்போல் தாஜ்மஹால் ஹோட்டலில் அறை ஒன்றை ஏற்பாடு செய்துள்ளார். இங்கிருந்து கடல் பகுதியினை யும் அதிலுள்ள மீன்பிடிப் படகுகளையும் தூரத்திலுள்ள தீவுகளையும் காணலாம். இவ்விடத்தின் அழகை விவரிப்பது எளிதல்ல. மற்றொரு முக்கிய விஷயம், இத்தகைய உயர்வான தங்கும் அறைக்கு யார் வாடகை கொடுப்பது? நிச்சயம் என்னால் இயலாது.

நான் ஏற்கெனவே TIFR பற்றிச் சில இயற்பியலாளர்களிடம் பேசிவிட்டேன். அவர்கள் ஏற்கெனவே 95,000 அடி உயரத்தில் பல மணிநேரங்கள் மிதக்கும் வகையில் ரப்பர் பலூன்களைப் பறக்கவிட்டிருக்கிறார்கள். எனக்குத் தெரிந்ததைக் காட்டிலும் அவர்களுக்கு இந்தப் பரிசோதனை ஆய்வுகள் பற்றி நன்கு தெரிந்திருக்கிறது. அன்று இதுதான் எனது கவலையே. ஆனால் இன்று எனது வெற்றி குறித்த நம்பிக்கை அதிகரித்தே உள்ளது.'

1948ஆம் ஆண்டிலேயே பலூன் பறக்கவிடும் சோதனைகளை TIFRஇல் பாபா தொடங்கிவிட்டார். இத்தகைய பலூன் சோதனை களைப் பல புவிநிலநிரைக் கோடுகளில் *(Latitudes)* சென்னை, பெங்களூர், டெல்லி, ஸ்ரீநகர் போன்ற இடங்களில் நிகழ்த்தி யுள்ளார். அங்கெல்லாம் அவர்கள் பலூன்களைத் தொகுப்பாகப் பறக்கவிட்டிருக்கிறார்கள். அந்தக் காலத்தில் இந்தியாவில் இத்தகைய பலூன்களைப் பறக்கவிடும் சோதனைகளை மேற்கொள்வது எளிதானதல்ல. அன்று பயன்படுத்தப்பட்ட ரப்பர் பலூன்கள் ஏறக்குறைய 30 கிலோ கிராம் எடையுள்ள சோதனைக் கருவிகளை 25 மீட்டர் உயரத்திற்குத் தூக்கிச் செல்ல வேண்டும். இதற்காகவே பலூன்கள் பல தொகுப்பாகப் பயன்படுத்தப்பட்டன.

(இத்தகைய சோதனைகளுக்கு ஆகாய விமானங்களைப் பயன்படுத்தலாம். ஆனால் அவற்றைப் பெறுவது எளிதல்ல. பாபா இத்தகைய தடைகளால் மனம் தளர்பவர் அல்ல. அவர் விமானங்களிலும் கருவிகளை உயரத்திற்குக் கொண்டுசென்று ஆய்வுகள் நிகழ்த்தியிருக்கிறார். 1948இல் 'நேச்சர்' *(Nature)* இதழில் போரான் நிரம்பிய இல்ஃபோர்ட் *C2 (Ilford C2 plates)* தகடுகளை விமானங்களில் 72 மணிநேரத்திற்கு 8000 அடி உயரம் கொண்டு சென்று மேற்கொண்ட ஆய்வுகளின் முடிவுகளை வெளியிட்டார். இத்தகடுகளைச் சோதனையின் பின் ஆய்வு செய்கையில் பாபாவும் அவரது மாணவர் ஆர்.ஆர். டேனியலும் ஆர்வமூட்டும் வகையிலான மீசான் துகள்கள் பற்றிய உண்மைகளையும் கண்டறிந்தனர். அணுக்கரு ஒன்றுடன் மோதி ஒரு மீசான் துகள்

அதனைப் பிளவுபடச் செய்வதற்குப் பதிலாக, அணுக்கருவை ஆற்றல் மிகு நிலைக்கு உயர்த்தியிருந்தது. இந்நிகழ்வு உலகின் முதல் கண்டுபிடிப்பாகும்.)

போர்க்காலத்திற்குப் பிறகு பிளாஸ்டிக் பலூன்கள் அமெரிக்காவில் கிடைக்கத் தொடங்கின. பாபா 1947இல் பாரீஸ் சென்றிருந்த வேளையில் 27 கி.மீ. உயரம்வரை சென்ற ஸ்கைஹூக் (Skyhook) பலூன்களைப் பற்றிக் கேள்விப்பட்டார். எச்.ஜே. டெய்லர், TIFRஇல் பதவி நியமனம் பெற்ற 'சோதனை இயற்பியல்' பேராசியரியர். அவர் 'பாபுலர் மெக்கானிக்ஸ்' (Popular Mechanics) இதழில் தான் வாசித்த கட்டுரை ஒன்றில் தெரிவிக்கப்பட்ட பிளாஸ்டிக் பலூன்களைப் பெற வேண்டும் என பாபாவிடம் தெரிவித்தார். இதற்கென அமெரிக்காவில் வைக்கிங் கார்ப்பரேஷன் எனும் நிறுவனத்துடன் பாபா தொடர்பு கொண்டார். பீட்டட்ரான் பெறுவதில் ஏற்கெனவே ஏற்பட்ட அனுபவம் போலவே இப்போதும் அமெரிக்காவில் பிளாஸ்டிக் பலூன்கள் ஏற்றுமதிக்குத் தடை விதிக்கப்பட்டுள்ளது தெரியவந்தது. இதற்கான காரணம் ரகசியம் எனக் கூறித் தெரிவிக்கப்படவில்லை. ஆனால் அமெரிக்க இராணுவ விஞ்ஞானிகள் அதி உயர விண்வெளிக்குப் பிளாஸ்டிக் பலூன்களை அனுப்பி சோவியத் ரஷ்யா அணு ஆயுதச் சோதனைகளை நிகழ்த்துகிறதா என்று சக்திவாய்ந்த காமெராக்களின் மூலம் ஆய்வுகள் மேற்கொண்டிருந்தனர். சோவியத் சோதனைகளை அறிய இரண்டு ஆண்டுகளில் (1953–54) 600 பலூன்களுக்கு மேல் பறக்கவிடப்பட்டன. அவர்கள் அச்சோதனையில் பயன்படுத்திய விலை உயர்ந்த காமிராக்கள் கீழே தரையிலோ அல்லது கடலிலோ விழுவதற்கு முன்பாக மிக உயர்ந்த வெளியிலேயே அவற்றைக் கைப்பற்றி அவற்றிலுள்ள ஃபிலிம்களை ஆய்வு செய்யவும் முயன்றனர். இந்நிலையில் இராணுவ விஞ்ஞானிகள் பலூன்கள் தயாரிப்பு முறையை வெளியில் தெரிவிப்பதற்கு வாய்ப்பு இல்லாதிருந்தது.

1995இல் பெர்னார்ட் பீட்டர்ஸ், பாபாவிடம் TIFR தங்களது திட்டத்திற்குத் தேவையான பலூன்களைத் தாங்களே தயாரிக்கலாம் என ஆலோசனைக் குறிப்பெழுதினார். இதற்கு பதிலாகக் குறிப்பு எழுதிய பாபா, *'பிளாஸ்டிக் பலூன்களைத் தயாரிக்கும் தொழில்நுட்பத்தைச் செயல்படுத்தினால் புவிசூழ் மண்டலத்தின் உயரப் பகுதிகளில் பல ஆய்வுகளுக்குத் துணையாகவே அமையும்'* என எழுதி ஒப்புதல் தந்தார். *'இத்தகைய முயற்சிகளால் முக்கியமான ஆய்வுப் பொருட்களுக்கு வெளிநாடுகளில் ஏற்றுமதித் தடைகள் இருப்பின் இந்திய விஞ்ஞானிகள் தாங்களே திட்டமிட்டு இங்கு தயாரித்துக்*

கொள்வது நம் நாட்டின் ஆய்வு முறைகளுக்கும் தொழில் நுட்பங்களுக்கும் உதவியாக விளங்கும்' எனவும் தெரிவித்தார்.

TIFR பலூன்களுக்குத் தேவையான பாலிஎத்திலீன் ஃபிலிம்களை (1 மில்லி மீட்டரில் 5% அடர்த்தி) வியாபாரச் சந்தையில் பெற்றது. அவை நீளத் துண்டுகளாக வெட்டப்பட்டுப் பின் வெப்ப வெல்டிங் முறையால் இணைக்கப்பட்டன. உதாரணத்திற்குக் கூற வேண்டுமெனில் பிளாஸ்டிக் பைகள் இவ்விதம் தான் இணைக்கப்பட்டுத் தயாரிக்கப்படுகின்றன. பின் அந்த பலூன்கள் ஹைடிரஜன் வாயுவால் நிரப்பப்பட்டன. அவ்விதம் நிரப்பப்பட்ட பலூன்கள் முட்டை வடிவில் தலைப்பகுதியில் ஒரு சிறிய புடைப்பு அமைப்புடனும் வால்பகுதி கீழே தொங்குகின்ற வகையிலும் அமைக்கப்பட்டிருந்தன. விண்ணில் பறக்கவிட்டபின் அந்தப் பலூன் ஏற்கெனவே தீர்மானிக்கப்பட்டபடி ஏறக்குறைய 35 கி.மீ. உயரத்திற்குச் செல்லும். அங்கு அது மெதுவாகத் தனது வடிவத்தில் மாறுதலைப் பெறும். மேல் காற்று மண்டலத்தில் காற்றின் அழுத்தம் தரைப்பகுதியின் காற்றழுத்தத்தைக் காட்டிலும் குறைவாக உள்ள காரணத்தால் பலூனில் உள்ள காற்று விரிவடையும். இதனால் பலூன் நீட்சியடைந்து நீள்முட்டை வடிவத்தைப் பெறும். பலூனின் பிளாஸ்டிக் ஃபிலிமுக்கு இது பாதுகாப்பற்ற நிலை. பலூனின் உள்காற்று அழுத்தம் சமமாகப் பரவியிராவிட்டால் அழுத்தம் மிகுந்த இடத்தில் வெடிப்பு நிகழலாம். இதற்கென அதிகப்படியான காற்று அடிப்புறத்தில் உள்ள அமைப்பின் வழியே சற்று வெளியேற்றப்படும். பலூனின் மேல்பகுதியும் பலூனை மேலே பறக்கவிடுகையில் அழுத்தமானது தாங்கும் திறனுடன் பாதுகாப்பாக விளங்க வேண்டும்.

பலூனின் ஃபிலிம் உயரப் பகுதிகளின் காற்றழுத்தம் குறைவுபடும் நிலையைப் பொறுத்துக்கொள்வதுடன் பலூனைச் செலுத்தும் வேளையில் தோன்றும் அதிர்ச்சியையும் வெப்பம் வெளியில் வேகமாகக் குறைவதையும் தாங்கிக்கொள்ள வேண்டும். விண்ணில் மேலே செல்லச்செல்லக் காற்றில் வெப்பம் தொடர்ந்து குறைவடையும். கடல் மட்டத்திலிருந்து 15 கி.மீ. உயரத்தில் வெப்ப அளவு 50^0cக்கும் குறைவாக அமையலாம். அதன் பிறகு வெப்பம் அதிகரிக்கத் தொடங்கும். புவிச்சூழ் வெளியில் இப்பகுதிக்கு 'வெப்பநிலை மாறு மண்டல எல்லை' (*Tropopause*) என்று பெயர். அத்தகைய வெப்ப நிலைகளில் பிளாஸ்டிக் பொருட்கள் நொறுங்கும் இயல்புபெறும். எனவே பலூனுக்கு உள்ளிருக்கும் காற்று பலூன் சுவற்றில் அழுத்தம் கொடுத்து பலூனானது நீள் முட்டை வடிவம் பெறும். இக்காரணங்களால் பலூன்களைக் கட்டமைப்பதில் பிளாஸ்டிக் ஃபிலிம் உற்பத்தி முறைகள் முக்கியத்துவம் பெறுகின்றன.

பாபாவின் குழுவினர் இப்பிரச்சினையைத் தீர்ப்பதற்கு புத்திசாலித்தனமான தொழில்நுட்பத்தைப் பயன்படுத்தி னார்கள். தெளிவான (உட்தெரியும்) பிளாஸ்டிக் பொருளுக்குப் பதிலாக கறுப்பு நிறமுடைய ஒளிபுகா பிளாஸ்டிக் பொருளைப் பயன்படுத்தினார்கள். கறுப்புப் பொருட்கள் தங்களின் மீது விழும் அனைத்துக் கதிர்களையும் உள்வாங்கிக்கொள்ளும். இவ்வியல்பு ஓர் ஊடகத்தின் ஒளி ஊடுறுவும் இயல்பின் அளவினைப் பொறுத்தது. இவ்வியல்பினைத் தேவைக்கேற்ற அளவு குறைக்கவும் அதிகரிக்கவும் இயலும். அப்பொருள்மீது விழும் சூரியக் கதிர்களை உள்வாங்கும் இயல்பு கொண்டிருப்பின் அதனை சரியான வெப்ப அளவிற்குரிய, சூரிய ஒளியை உள்வாங்கும் வகையில் வடிவமைக்கவும் இயலும். அதிகப்படி யான கதிர்களை உள்வாங்கினால் பிளாஸ்டிக் வெப்பமடைந்து நெகிழ்வுத்தன்மையிழந்து நொறுங்கும் இயல்பைப் பெறலாம். இவற்றையெல்லாம் கருத்தில் கொண்டு பாபாவின் குழுவினர் உரிய வகை பிளாஸ்டிக்கை உருவாக்கினர்.

இறக்குமதி செய்வதில் உள்ள பிரச்சினைகளைப் புறந்தள்ளித் தனது கனவுத் திட்டத்தை நிறைவேற்றும் வகையில் பாபா செயல்படத் தொடங்கினார். இந்தியாவில் அறிவியல் ஆய்வு களை உன்னத நிலைக்கு உயர்த்திடும் வகையில் ஒவ்வொரு திட்டத்தையும் அதனதன் அடிப்படைத் தேவை முதற்கொண்டு கவனம் செலுத்தி செயல்பட்டார். இத்தகைய ஊக்குவிக்கும் செயல்பாடுகளால் வளிமண்டல ஆய்வுகளில் பிளாஸ்டிக் பலூன்களைப் பயன்படுத்திக் கனமான கருவிகளை உயரச் செலுத்தும் முயற்சியில் அமெரிக்காவுக்கு அடுத்த நிலையை இந்தியா எட்டியது.

பலூன்களை வடிவமைத்தது மட்டுமின்றி பலூன்களில் பயன்படுத்தும் அணுக்கருக்குழம்புகளைத் தோற்றுவிப்பதிலும் *TIFR* உலகின் முதல் நிறுவனமாக அமைந்திடச் செய்தார். அவர்கள் அடுதல் பெறாத (*unbaked*) அணுக்கருக்குழம்பின் தகடுகளை அதிக எண்ணிக்கையிலான கதிரியக்க உணரிகளைத் தயாரிக்கப் பயன்படுத்தினர். இவை முன்பு 'மிகை ஆற்றல்' சோதனைகளில் பயன்படுத்திய அடர்வு குறைந்த குழம்புத் தகடுகளைப் போன்றே துல்லியமான உணரித்தன்மையுடன் விளங்கின. இத்தகைய தயாரிப்புகளுடன் இக்குழுவினர் விண்கதிர்களிலுள்ள பல துகள்களின் இயக்கங்களை ஆய்வு செய்ய முயற்சிகள் மேற்கொண்டனர். சிதறும் துகள்கள் சிறு வேறுபாடுகளுடன் நேர்கோட்டுப் பரவலிலிருந்து மாறுபடும் தகவல்களைப் புகைப்பட ஆதாரங்களுடன் ஆய்வுசெய்து துகள்களின் ஆற்றலைத் தீர்மானித்தனர்.

இந்தப் பரிசோதனைகளின் வழியே ஆற்றல் மிகுந்த விண்கதிர் துகள்களில் எதிர்–துகள்களைக் கண்டறிதல் வேண்டும் எனும் பாபா, பீட்டர்ஸின் கனவுகள் நனவாயின. மிகுஆற்றல் விண்கதிர்களில் முதல் முறையாக அவர்கள் பாசிட்ரான்களுக்கும் எலக்ட்ரான்களுக்குமான அளவு விகிதத்தைக் கண்டுபிடித்தார்கள். இத்தகைய ஆய்வுகள் விண் இயற்பியலில் முக்கியமானவை. ஏனெனில் இவ்வளவீடுகள் விண்கதிர்கள் எங்கு தோன்றின எனும் குறிப்புகளைக் கோட்பாட்டாளர்களுக்குத் தருகின்றன.

புதிய பொருட்களால் பலூன்களைக் கட்டமைப்பதற்கு முன்பாகவே TIFRஇல் ரப்பர் பலூன்களால் ஆர்வமூட்டும் கண்டுபிடிப்பு ஒன்று நிகழ்த்தப்பட்டுள்ளது. 1946இல் புதிய மீசான்கள் கண்டுபிடிக்கப்பட்டன. இவற்றிற்கு k. மீசான்கள் (k - Mesons) என்று பெயர். இன்று இவை கேவான்கள் (kaons) எனப்படுகின்றன. இவை பை – மீசான்களாகச் (pi - Mesons) சிதறலுறுகின்றன. 1953இல் பீட்டர்ஸும் அவரது மாணவர்களாகிய தேவேந்திரா லால், யாஷ்பால் ஆகியோரும் புதிய துகள் ஒன்றினைக் கண்டுபிடித்தனர். அத்துகளானது ஏற்கெனவே கண்டுபிடித்த k. மீசானின் எதிர் ஆற்றல் துணைத் துகளாகக் கருதப்பட்டது. இதற்கான ஆதாரத்தை அவர்கள் பம்பாயில் நிகழ்த்திய பலூன் சோதனையில் கண்டறிந்தனர். இவ்வாதாரம் பலூனில் வைத்திருந்த குழம்புப் பொருளின் துண்டத்தில் 25 கி.மீ. உயரத்தில் 6 மணிநேரம் விண்கதிர்கள் வீழ்ந்ததால் கிடைத்தது. அவர்கள் அத்துகள்களின் நிறையையும் (Mass) தீர்மானித்தனர். மற்றொரு மீசான், டாவ்–மீசான் (Tau-Meson), k. மீசான் போன்றவையும் ஏறக்குறைய அதே குறைவான அளவினைத்தான் கொண்டிருந்தன. சாஹாவிடம் பயின்று பி.எச்.டி. பட்டம் பெற்று TIFRஇல் இணைந்திருந்த சுகுமார் பிஸ்வாஸின் (இவர் ஏற்கெனவே ஆஸ்திரேலியாவில் முதுமுனைவராகப் பணியாற்றியவர்) வார்த்தையில் கூறினால், 'இந்த ஆய்வுகள் அனைத்தும் வழிகாட்டப்படுதல், கவனமான செயல்திறன் ஆகியவற்றில் பீட்டர்ஸின் முறையான திட்ட மிடுதல் முத்திரையினைக் கொண்டவை'. ('Early Year of High Energy Physics')

பீட்டர்ஸின் வழிகாட்டுதலால் இந்த ஆய்வுகள் TIFR நிகழ்த்திய இந்தியக் கண்டுபிடிப்புகளின் அடுத்த மைல் கல்லிற்கு வழிவகுத்தன. அதுவே பெரில்லியம் 10இன் கதிரியக்க அணுக்கரு பற்றியதாகும். இதில் எண் '10' என்பது உட்கருவில் அமைந்த நியூக்ளியான்களின் மொத்த எண்களைக் குறிக்கிறது. பொதுவாக பெரில்லியம் உட்கருவில் 8 துகள்கள் உண்டு. ஆனால் இந்த வகை பெரில்லியம் மேலும் இரண்டு நியூட்ரான்களைக் கொண்டு நிலையற்றதாக இருந்தது. இந்த உட்கரு 1.5 மில்லியன்

ஆண்டுகளில் சிதைவுறும். மற்றொரு கதிரியக்க உட்கரு கொண்ட கார்பன் (14), 1946ல் வில்லார்ட் லிபியால் (*Willard libby*) கண்டுபிடிக்கப்பட்டது. இது பல ஆயிரம் ஆண்டுகளில் சிதைவுறும். இப்பொருள் சார்ந்த தொழில்நுட்பத்தால் பல பழமையான பொருட்களின் வயதினைத் தீர்மானிக்கிறோம். இதற்கு 'கார்பன் வழி கால நிர்ணயம்' (*carbon dating*) என்று பெயர். குறிப்பாகத் தெல்லியல் துறைக்கு இத்தொழில் நுட்பம் உதவியுள்ளது. பெரில்லியம் தனது நீண்ட சிதைவுறும் காலப் பண்பினால் பல மில்லியன் ஆண்டுகால புவி நிகழ்வுகளை நிலப்பொதியியல் துறையில் அறிந்திட உதவுகிறது.

'பெரில்லியம் 10' தோன்றுதல் பற்றிய கருத்துருவாக்கம் மிக எளியது. விண்கதிர்கள் தொடர்ந்து புவிப்பரப்பில் விசையுடன் வீழ்கையில் அவை விண்வெளி அணு உட்கருக்களுடன் மோதலடையலாம். இதனால் தோன்றும் கதிரியக்க இயல்பு கொண்ட பெரில்லியம் புவியின்மீது மழை நீருடன் விழுந்து நிலத்தினுள் நுழைந்துவிடலாம். அகழ்வாய்வுகளில் பாறை அடுக்குகளை ஆய்வு செய்கையில் அதிலுள்ள கதிர் இயக்கம் கொண்ட பெரிலியத்தின் இயக்க அளவினை அளவிட்டு அப்பாறைகளின் வயதினைத் தீர்மானிக்கலாம். இதில் குறிப்பிட்ட கால அளவில் எவ்வளவு பெரில்லியம் அழிவுகளுக்குப் பின் எஞ்சியுள்ளது என்பதை அறிந்து அப்பொருளின் வயதானது தீர்மானிக்கப்படுகிறது. விண்கதிர்களின் மோதுதல்களால் சூழலில் ஒரு செகண்டில் ஒவ்வொரு சதுரமீட்டர் பரப்பிலும் கதிரியக்கம் கொண்ட 1000 பெரில்லியம் உட்கருக்கள் தோன்றும் என பீட்டர்ஸ் கணக்கிட்டுள்ளார். இதுபற்றி அவர் கூறுகையில், 'உலகின் பல பகுதிகளில் மழை நீரில் நிகழ்ந்த செயல்பாடுகளைக் கூர்ந்து கவனிப்பதால் நிலத்தில் படிவுகள் தோன்றும் அளவுகள் மற்றும் நிலவியல் ஆய்வுகளால் புவிமேற்பரப்பு மாற்றங்களையும் அறியலாம். 2.5 மில்லியன் ஆண்டுகட்கு முற்பட்ட டெர்ஷியரி (*Tertiary*) காலத்திய நிகழ்வுகளை அனுமானம் செய்ய பெரில்லியம் உதவுகிறது.'

இதற்கு முதலில் கதிரியக்க பெரில்லியத்தைப் பிரித்தெடுத்து அடையாளம் கண்டு அதன் கதிரியக்கத்தைத் துல்லியமாகக் கணக்கிட இயலுமா என்பதை முதலில் செய்து பார்க்க வேண்டும். இத்தகைய ஆய்வு வேலைகள் பலூன்களைக் காற்றில் பறக்கவிட்டுச் சோதனை செய்வதிலிருந்து மாறுபடலாம். ஆனால் பாபா இத்தகைய ஆய்வுகளில் வெற்றியடைய இயலும் என நம்பினார். அவரது தொலைநோக்குத் திட்டத்தில் பீட்டர்ஸ்ஸின் மேற்பார்வையோடு *TIFR*இல் ஒரு புதிய செயல்திட்டம் தொடங்கியது. இதன் வேதியப் பகுப்பாய்வுத் திட்டத்தில் கவனத்துடன் நிகழ்த்த வேண்டிய மிகக் குறைந்த அளவிலான

பெரில்லியத்தைக் கணக்கிடும் முறைகளும் அமைந்திருந்தன. இந்த ஆய்வுத் திட்டத்தில் பீட்டர்ஸுடன் தேவேந்திரலால் எனும் மாணவரும் இணைந்து செயல்பட்டார். இதனால் இந்தியா ஒரு புதிய துறை சார்ந்த ஆராய்ச்சிக்குப் பாதை அமைத்துத் தந்தது. பீட்டர்ஸின் வார்த்தைகளில் கூறினால்: *'பலூன்களைப் பறக்கவிடுவதற்குப் பதிலாக நாங்கள் இப்போது காஷ்மீரில் மலைப் பயண முயற்சியில் ஈடுபடத் தொடங்கி விட்டோம். எங்களது ஆய்வுக் கருவிகளைச் சுமந்துகொண்டு செல்ல கிலன்மார்க் (Kilanmarg) மலைப் பகுதியில் ஏறிச்செல்லும் தகுதியுடன் இரண்டு குதிரைகள் கிடைத்தன. வெண்பனியி லிருந்து உருகிவரும் பல ஆயிரம் லிட்டர் நீரிலிருந்து நாங்கள் அணுக்களைப் பிரித்தெடுத்தோம்'. (The Decode of my Association with Research in India)*

புதிய ஆய்வுப் பணியில் மழைநீர் சேகரிப்பும் இருந்தது. *'பெருமளவில் மழைநீரைச் சேகரிப்பதின் மூலம் இத்திட்டத்தைத் தொடங்கினோம். பம்பாய் கொலாபா பகுதியில் பெரிய பிளாஸ்டிக் விரிதாள்களைக் குடில்களின் மேல்பரப்பில் விரித்துப் படர்த்தி அவ்விடங்களைத் தற்காலிக வேதியியல் சோதனைக் கூடங்களாக அமைத்துக்கொண்டோம். இக்கூடங்களே பிற்காலத்தில் நவீன சோதனைச் சாலைகளாக TIFRஇல் அமைக்கப்பட்டன. பெடார் சாலையில் எங்களது அடுக்ககங்களின் மொட்டை மாடிகளிலிருந்தும் நீர் சேகரித்தோம். அங்கிருந்து மழைக்காலத்தில் மழைநீரை அயனிமாற்ற அமைப்பு கொண்ட உயர்ந்த நீர் குழாய்களில் செலுத்தி மிகச் சிறிய அளவில் பல ஆர்வமூட்டும் அணுக்களைப் பெற்றோம்'* என்று பீட்டர்ஸ் இதை விவரித்தார்.

கடைசியாக 1955ஆம் ஆண்டு TIFR குழுவானது கதிரியக்க பெரில்லியம் அணுக்களைக் கண்டறிந்து அதன் கதிரியக்க அளவினைக் கணக்கிட்டது. இக்கண்டுபிடிப்பு பற்றிய அறிக்கை *'Proceedings of the Indian Acadamy of Sciences'* இதழில் வெளியிடப்பட்டது. அதே ஆண்டு 7 துகள்கள்கொண்ட மற்றொரு கதிரியக்க பெரில்லியத்தை அமெரிக்காவில் ஜேம்ஸ் அர்னால்டு *(James Arnold)* கண்டுபிடித்தார். அவரும் TIFRஇன் ஆய்வு அறிக்கையைக் கண்டபின் கதிரியக்கம் கொண்ட பெரில்லியம் (10) தனிமத்தைப் பிறகு தேடியதாகத் தெரிவித்துள்ளார். இதன்பின் கதிரியக்க அணுக்களைப் பசிபிக் பெருங்கடலின் படிவுகளில் இரண்டு குழுவினர் கண்டுபிடித்தார்கள். அவற்றில் ஒரு குழுவினர் TIFRயைச் சார்ந்தவர்கள். *'இயற்கையில் (7) Be மற்றும் (10) Be பம்பாயில் கண்டுபிடிக்கப்பட்ட செய்தி அறிவியல் உலகில் பெரும் கிளர்ச்சியைத் தோற்றுவித்தது. இருவேறு தொலைதூர நாடுகளில் தொடர்பின்றி தனித்தனியே*

மேற்கொள்ளப்பட்ட (10) Be பற்றிய ஆய்வுகள் இத்துறையின்மீது ஆர்வத்தை அதிகரித்ததுடன் விஞ்ஞானிகளிடையே தோழமை உறவினையும் தோற்றுவித்தது' என்று தேவேந்திர லால் கூறினார். (The Discovery of Cosmogenic (10) Be in India)

தோற்றுவித்த பத்து ஆண்டுகளுக்குள் *TIFR*, அறிவியல் துறையில் உலகளாவிய கவன ஈர்ப்பை ஏற்படுத்தியது. இதற்குக் காரணம் பாபாவின் தொலைதூரப் பார்வையின் சிறப்பும் எதிர்கால மேன்மையைக் கருத்தில் கொண்டு செயல்பட்ட கடின உழைப்புமேயாகும். தனது நிறுவனத்திற்குத் தேவையான எந்தவொரு கருவியினையும் பெறுவதற்கு அவர் அனைத்து முயற்சிகளையும் மேற்கொண்டிருந்தார். 1948இல் சிசில் பவலிடம் (Cecil Powel) பாபா வேண்டியிருந்த ஒரு நுண்ணோக்கியை *TIFR*க்கு அனுப்பிவைக்க அவர் சம்மதம் தெரிவித்திருந்தார். முன்னிலை ஆய்வுகளுக்கு அதிவேகக் கணினிகள் தேவைப்படும் என அன்றே சிந்தித்த பாபா, அவற்றையும் பெற்றுவிட வேண்டும் எனக் கருதினார். 1945இல் கணினிகளின் கட்டுமானம் பற்றி ஆய்வுக் கட்டுரை எழுதியவர் ஜான் வான் நியூமன் *(John Von Neuomann)*. இவர் கணினிகளின் தந்தை எனப் போற்றப்படுவர். அவருக்கு பாபா ஒரு கடிதம் எழுதினார். அதில் உலகின் பல அறிவியல் குழுக்களுக்குக் கணினி இயந்திரங்கள் தயாரிக்கும்போது தனது ஆய்வுகளுக்கும் ஒன்றை வடிவமைத்திட வேண்டும் என்று குறிப்பிட்டிருந்தார். அதற்கு 1948இல் பதிலெழுதிய நியூமன், *'வருங்காலத்தில் அதிவேகக் கணக்கீடு இயந்திரங்கள் ஆய்வுகளுக்குத் தேவை எனும் தங்களின் அடிப்படைக் கருத்தை ஏற்றுக்கொள்கிறேன். அத்தகைய இயந்திரங்கள் இன்றைய அளவில் அபூர்வமானவை. எனவே ஏற்கெனவே கட்டுவிக்கப்பட்ட இயந்திரங்களைத் தங்களது தேவைகளுக்கான அடிப்படைக் கணினிகளாகப் பயன்படுத்திக்கொள்ளலாம். இவ்வியந்திரம் ஒரு நிறுவனத்தின் கட்டுப்பாட்டில் பல அறிவியல் துறைகளும் பல்வேறு பணிகளுக்குப் பயன்படுத்திக் கொள்ளும் உத்திரவாதத்துடன் இருக்க வேண்டும்.' என்று குறிப்பிட்டிருந்தார். (A Masterful Spirit)*

1950களின் மையக்காலத்தில் பாபா, ஆய்வுக் கட்டுரைகளை எழுதுவதை நிறுத்திக்கொண்டார். அவருக்குப் பல்வேறு பொறுப்புகள் குவிந்துவிட்டன. அணுசக்தி தொடர்பான பொறுப்புகள் அதிகரித்துவிட்டன. *TIFR*இல் உள்ள பல குழுக்களுக்கு ஆதரவு தருவதோடு தனது விண்துகள்கள் பற்றிய கோட்பாடுகள் தொடர்பான ஆய்வுகளிலும் தொடர்ந்து செயல் பட்டுக்கொண்டிருந்தார். அச்செயல்பாடுகள் பெரும்பாலும் கணிதக் கணக்கீடுகள் சார்ந்தவை. 1953இல் அவர் கேம்பிரிட்ஜில் ஓராண்டிற்கு முன்பு ஈடுபட்டிருந்த 'நிகழ்வியல்' *(Phenomenology)*

எனும் துறையில் மீண்டும் ஈடுபாடு கொள்ளத் தொடங்கினார். நியூக்ளியான்களின் மோதலால் மீசான்களைத் தோற்றுவித்தலைப் பற்றியும் சிந்தித்துக்கொண்டிருந்தார். இதனை நிறைவேற்ற மிகத் தீவிரமான, எதிர்வினை பற்றிய கோட்பாடு தேவை. அன்று அத்தகைய கோட்பாடு எதுவும் இல்லை. இன்றைய இயற்பியலாளர்கள் அதனைத் தோற்றுவித்துவிட்டார்கள். அன்று இயற்பியலில் பல முறைகளில் கருத்துக்களை உருவாக்கினர். ஃபெர்மியும் (Fermi) ஹீசன்பெர்கும் (Heisenberg) நியூக்ளியானின் ஆற்றலை மீசான்களாக மாறுவதற்குப் பல செய்முறைகள் பற்றி வாதிட்டனர். பாபாவிற்கு மற்றொரு எண்ணம் தோன்றியது. மோதும் இரண்டு நியூக்ளியான்களைப் பற்றிக் காண்போம். (பில்லியர்டு பந்துகள் மோதுவதை எண்ணிக்கொள்வோம்) இயற்பியலாளர்கள் பொதுவாகச் சிறப்பு முன்னோக்கிய பார்வைக் குறிப்பாகிய 'Centre Of Mass Frame' எனும் 'நிறைக் கட்டமைப்பின் மையம்' எனும் வகையிலேயே சிந்திப்பார்கள். இதனால் கணக்கீடும் எளிதாகிவிடும். இத்தகைய பார்வையில், மோதும் நியூக்ளியான்கள் சார்பியல்பு வினைகளால் பாதிப்படையும். ஏனெனில் மிகை ஆற்றலுடன் மிகை வேகமும் ஈடுபட்டுள்ளது. சார்பியல் அடிப்படையில் நகரும் கட்டமைப்பில் நீளம் குறைகையில் காலம் விரிவடையும். மோதும் நியூக்ளியான்களும் இவ்விளைவுகளால் தமது கோள்வடிவத்தை இழந்துவிடும். அதற்குப் பதிலாகத் தட்டையான வட்டில் வடிவைப் பெறும். இத்தகைய நிலையில் அணுக்கருவினுள் தீவிர எதிர்வினை இயக்கம் ஓரிடத்தில் நிலைப்படும் என பாபா வாதிட்டார். மீசான் உண்டாக்குதலுக்கான ஆற்றலானது சார்பு விளைவுகளால் கிடைக்கும் அளவினைக் காட்டிலும் குறைவானதாக விளங்கும் என்பதே இதன் விளைவு.

இது தொடர்பான ஒரு ஆய்வுக் கட்டுரையை 1953இல் பாபா எழுதினார். அதில் நியூக்ளியான்கள் மோதலில் மீசான் தோன்றுதலில் உள்ள இன்னல்களை ஊகித்து எழுதியிருந்தார். இவ்வெண்ணங்களை 1970களில் மீசான் உற்பத்தியில் மிகை ஆற்றல் பற்றிய தரவுகள் கிடைத்த பின்னரே கணக்கிட முடிந்தது. வீரேந்திர சிங்கின் கருத்துப்படி, 'பாபாவின் மாதிரியானது 'பார்ட்டன் மாதிரி'யின் (Parton Model) முன்னோடி எனக்கொள்ளலாம். (Bhabha's Contributions to Elementary Particle Physics and Cosmic Rays Research). இதுபோன்ற நியூக்ளியானின் அமைப்பு தொடர்பாக ரிச்சர்ட் ஃபீன்மேனும் கூறியிருந்தார்.

இந்த 'மாதிரி'களில் புரோட்டான்களும் நியூட்ரான்களும் மேலும் அடிப்படைத் துகள்களைக்கொண்டவையாக விளங்கும்.

இதுவே பாபாவின் கடைசி அறிவியல் ஆய்வுக் கட்டுரை.

பாபாவும் இந்திய அணு ஆற்றலும்

சுதந்திரத்திற்கு முன்பாகவே இந்தியாவில் அணுசக்திக் குழு ஒன்று இருந்தது. இக்குழுவானது *CSIR*இன் கீழ் அமைக்கப்பட்டிருந்தது. பாபா இதன் தலைமைப் பொறுப்பில் இருந்தார். இக்குழு *1946*இல் முதலில் கூடியது. இந்தியாவில் அணுசக்தி ஆற்றலைப் பயன்படுத்துவது தொடர்பாக ஆலோசனை செய்தது. இக்கூட்டங்கள் பம்பாயில் நடைபெற்றன. ஜப்பானில் அணுகுண்டு விழுந்த பிறகு உலகில் பல நாடுகள் அணுசக்தித் தொழில் நுட்பத்திற்கான வழிமுறைகளை வளர்த்துக் கொள்ளத் தொடங்கின. இவ்வளர்ச்சிகளில் மிகுந்த கமுக்கமான செயல்முறைகளை ஒவ்வொரு நாடும் கடைப்பிடித்தது. இவ்வகையில் தங்களது நாட்டின் அணுகுண்டினைப் போர்த் தளவாடமாகப் பயன் படுத்தும் ஆர்வம் இருந்தது. இந்திய விஞ்ஞானிகள் இதனைத் தவறவிட இயலாத புதிய வாய்ப்பாகக் கருதினர். இங்கிலாந்து நாடானது அமெரிக்க அணுசக்திப் பயன்பாடு நடவடிக்கைகளில் பங்கு பெறவில்லை என்பதையும் இங்கிலாந்தும் சோவியத் யூனியனும் தத்தமது அணுஉலைகளை அமைத்துக் கொள்ள முயலுகிறார்கள் என்பதையும் இந்திய விஞ்ஞானிகள் உணர்ந்திருந்தனர். இந்நாடுகள் தங்களுக்கான அணுசக்தி ஆணைக்குழுக்களை *(Atomic Commissions)* அமைத்துக்கொண்டன. அணு ஆற்றல் தொடர்பான இந்திய விஞ்ஞானி களின் நடவடிக்கைகளில் அன்றைய இந்தியாவை

ஆட்சிசெய்த பிரித்தானிய அரசாங்கம் மறுப்புத் தெரிவிக்கவோ தடைசெய்யவோ முயலவில்லை. ஏனெனில் அவர்கள் இந்தியாவிற்கு விரைவில் கிடைக்கவிருக்கும் சுதந்திரம் பற்றிய தகவல்களிலேயே கவனம் கொண்டிருந்தனர். அவர்கள் இந்திய விஞ்ஞானிகள் பிரம்மாண்டமாக எதுவும் செய்துவிட மாட்டார்கள் எனும் எண்ணமும் கொண்டிருந்தனர். இருப்பினும் இந்தியாவில் இது தொடர்பான வளர்ச்சிகளை அறிந்தே இருந்தனர். 1947இன் தொடக்கத்தில் பாட்ரிக் பிளாக்கெட் (இவர் 1948இல் இயற்பியல் துறையில் நோபல் பரிசு பெற்றவர்) பாபாவையும் நேருவையும் சந்தித்தார். பின் வைஸ்ராயிடம் 'இந்தியாவின் அணு ஆற்றல் நிலை பற்றித் தெரிவித்திருந்தார்.'

1947ஆம் ஆண்டு பிப்ரவரி மாதத்தில் நிலவியல் அறிஞராகிய டி.என். வாடியா இந்திய அணுசக்தி ஆணைக் குழுவினரிடம் இந்தியாவில் உள்ள தோரியம் இருப்புபற்றித் தெரிவித்தார். கேரளாவின் கடற்கரைப் பகுதிகளில் மிக அதிக அளவில் தோரியம் கொண்ட மோனஸைட் கனிமவளம் உள்ளது என்று அறிக்கை அளிக்கப்பட்டது. யுரேனியம், அணுப்பிளத்தல் இயல்புகொண்ட ஒரு பொருள். ஆனால் இந்தியாவில் இப்பொருள் அதிகம் இல்லை. இங்கு தோரியம் இருப்பு அதிகம் உண்டு. இந்தியாவில் உள்ள தோரியத்தின் அளவு உலகிலேயே அதிகமானது. இப்பொருள் கிடைப்பது இந்தியாவிற்கு அனுசரணையான செய்தி. இருப்பினும் அதன் இயல்பு குணங்களால் தோரியம் (232)வைத் தனித்துப் பயன்படுத்தும் அணுஉலையை அமைக்க இயலாது. அதனை ஓர் உலையில் யுரேனியம் (233)-ஆக மாற்ற வேண்டும். பிறகுதான் அதனை எரிபொருளாகப் பயன்படுத்த இயலும்.

ஜூன் 1947இல் கனடாவின் தேசிய ஆராய்ச்சிக் குழுமத்திடம் (National Research Council of Canada) இந்தியாவிற்கு ஒரு டன் சுத்திகரிக்கப்படாத யுரேனியம் ஆக்ஸைடினைத் தர இயலுமா என பாபா வேண்டினார். அணுஉலை எரிபொருளாகப் பயன்படுத்திச் சோதனைகள் மேற்கொள்ள அப்பொருள் தேவைப் படுகிறது என தெரிவித்தார். இது தொடர்பாக அமெரிக்கா, இங்கிலாந்து, கனடா நாடுகளிடையே ஒரு உடன்பாடு ஏற்பட்டது. எதிர்காலத்தில் இந்தியாவிடமிருந்து தோரியம் பெறலாம் எனும் எண்ணத்தில் கனடா நாடு யுரேனியத்தைக் கப்பலில் அனுப்பியது இந்த ஏற்பாட்டிலும் கேம்பிரிட்ஜின் பழைய நட்பு வட்டம் பாபாவிற்கு உதவியது. கனடாவின் 'அணு ஆற்றல் அமைப்பின் தலைவராகிய W.B. லூயிஸ் (W.B. Lewis)' கேம்பிரிட்ஜில் பாபாவின் நண்பர். இருவரும் படகு ஓட்டும் அணிகளில் இருந்தவர்கள். யுரேனியம் ரகசியமாக இந்தியாவிற்கு

அணுப்பப்படுவதை உறுதிசெய்வதற்கென பாபா, கனடாவில் ஒட்டாவா சென்று லூயிஸைச் சந்தித்தார்.

இந்தியா சுதந்திரமடைந்த ஒரு சில நாட்களில், 1947, ஆகஸ்ட், 26 அன்று 'அணுசக்தி ஆய்வுகுழு' ஒன்று *(Board of Research on Atomic Energy)* அமைக்கப்பட்டது. பாபா அதன் தலைவராக நியமிக்கப்பட்டார். இதனைத் தொடர்ந்து 1948, ஏப்ரலில் கூட்டப்பட்ட அரசியலமைப்புச் சபையில் நேரு இதுபற்றிய விவாதத்தைத் தொடங்கினார். அங்கு நேரு, பாபா, பட்நாகர் ஆகியோர் வடிவமைத்த சட்ட முன்வரைவு அறிமுகப்படுத்தப் பட்டது. இதன் பயனாய் AEC எனும் அணு ஆற்றல் ஆணையம் (Atomic Energy Communission) தோற்றுவிக்கப்பட்டது. இச்சட்டம் பிரித்தானிய, அமெரிக்க அரசுகளின் அணு ஆற்றல் சட்டங்களைப் போன்றே அமைந்திருந்தது. அணு தொடர்பான ஆய்வுகளில் கமுக்கத்தன்மையின் அவசியம் பற்றி நேரு வலியுறுத்தினார். மேலும் இத்தகைய ஆய்வில் அரசே முழுமையான உரிமையைக் கொண்டிருக்க வேண்டும் எனவும், இந்தியா தாமதம் எதுவுமின்றி உடனே செயல்களைத் தொடக்க வேண்டும் எனவும் குறிப்பிட்டார். அணுவிசையின் ஆற்றலைப் பொறுத்தமட்டில் அமைதிக்கான பயன்பாட்டிற்கும் தொடர்பு உண்டு என்பதை நாடாளுமன்ற உறுப்பினர்கள் உணர்ந்தே இருந்தனர். ஒரு உறுப்பினர் அணு ஆற்றல் ஆய்வுகளில் அரசின் முழு உரிமைபற்றிக் கேள்வி எழுப்பி, இவ்வுரிமை இந்தியாவின் இராணுவ எண்ணங்களின் வெளிப்பாடு எனக் குறை கூறினார். மற்றொரு உறுப்பினர் இராணுவப் பயன்பாட்டு எண்ணங்களையும் தயக்கமின்றி ஈடேற்றலாம் என்றார். இவ்விவாதங்களுக்குப் பதிலளித்த நேரு, *'இந்திய அணு ஆற்றல் திட்டத்தில், இத்திட்டம் தொடங்கிய நாளிலிருந்தே இதில் இராணுவப் பயன்பாடு பற்றிய அம்சம் உண்டு'* எனத் தெரிவித்தார். (Nucleus and Nation). 1954இல் TIFRக்கான அடிக்கல் நாட்டு விழாவிலும் அறிவியலில் இரகசியங்கள் இல்லை என்பதைத் தெரிவித்த நேரு, அணு ஆற்றல் ஆய்வு களில் இரகசியம் காத்தலின் அத்தியாவசியத்தைக் குறிப்பிட்டுப் பேசினார். அணு இயற்பியல் ஆய்வுகளைப் பிற நாடுகளுடன் இணைந்து செயல்படும்போது இரகசியச் செயல்பாடுகள் தேவைப்படுகின்றன என்பதைக் கூறும்போது, *'பிறநாடுகள் நம்மைக் காட்டிலும் முன்னேற்றம் அடைந்துவிட்டன. இத்தகைய ஆய்வுகளில் அவர்களுடன் ஈடுபடும்போது இரகசியம் காத்தலின் தேவைக்கு நாம் முக்கியத்துவம் தரவில்லையெனினும் அவர்கள் எதிர்பார்க்கிறார்கள்'* என்றார் (Nucleus and Nation).

நேரு, பாபா, பட்நாகர் ஆகியோர் தன்னை இத்துறையின் பங்களிப்புகளிலிருந்து ஒதுக்கிவிட்டதாகக் கருதிய சாஹா,

அவர்களின் செயல்பாடுகளைக் கடுமையாக விமர்சித்தார். சாஹா ஓரங்கட்டப்பட்டதன் காரணம் அவரின் வெளிப்படையான விமர்சனங்களே. அவர் தொடக்கக் காலத்திலிருந்தே அணு ஆராய்ச்சிகளை ஒரு நிறுவனப் பொறுப்பில் அல்லது ஒரு நிறுவனக் கூட்டமைப்பின் கீழ் வைத்திருப்பது பற்றி விமர்சித்து வந்தார். பம்பாயை மையப்படுத்தி அணு ஆய்வுகளை மேற்கொள்வதையும் அவர் விரும்பவில்லை. பம்பாய் கடற்கரைப் பகுதியாகையால் பாதுகாப்பற்றது என அவர் கருதினார். 1947, ஏப்ரல் 10ஆம் நாள் ஷியாம் பிரசாத் முகர்ஜிக்கு அவர் எழுதிய கடிதத்தில், *'அணு ஆற்றல் சட்டத்திற்கான முன்வரைவினை அறிமுகம் செய்கையில் பண்டித நேரு குறிப்பிட்ட சட்டப் பிரிவுகளில் ஒன்று மிகவும் ஆபத்தானது. அதனை பாபா, பட்நாகர் ஆகியோரின் ஆலோசனையின் பேரில் தயாரித்திருப்பார் என எண்ணுகிறேன்'* எனக் குறிப்பிட்டார். *(Abinash Meghnad Saha).* 1947இன் இறுதியில் சாஹா, பாபா ஆகியோருக்கு இடையே இருந்த கருத்து வேற்றுமைகள் அப்பட்டமாக வெளியே தெரியத் தொடங்கின. குறிப்பாக UNESCOவிடம் சாஹா தனது நிறுவனத்திற்கு நிதி உதவி கேட்டு விண்ணப்பித்திருந்த வேளையில் பாபாவின் எதிர்வினையாற்றலை அவரின் காழ்ப்புணர்ச்சியின் வெளிப்பாடாகவே சாஹா உணர்ந்தார். 1948இல் சாஹாவின் ஒரு மாணவரது பி.எச்.டி. ஆய்வேட்டிற்குக் கூராய்வுப் பொறுப்பில் பாபா நியமிக்கப்பட்டிருந்தார். அந்த ஆய்வேடு பதிப்பிக்கப்படத்தக்க தரத்தில் இல்லை என பாபா கருதி குறிப்பெழுதினார். மற்றொரு கூராய்வாளராகிய புரூனோ ரோஸ்ஸி *(Bruno Rossi)* அதே ஆய்வேட்டினைப் புகழ்ந்து குறிப்பெழுதியிருந்தார். விண்கதிர்கள் பற்றிய ஆராய்ச்சிகளில் முதன்மையானவர் அவர்.

அணு ஆய்வுகளைப் பொறுத்தமட்டில் சாஹாவின் எண்ணம் யாதெனின், உலகின் பிற பகுதிகளில் ஆய்வுப் பணிகளுக்கென அவர்களது நாட்டின் அணு ஆற்றல் சட்டங்களின் அடிப்படையில் பல பல்கலைக்கழகங்களுக்கும் நிறுவனங்களுக்கும் திட்டமிட்டு அனுமதி வழங்கப்பட்டிருந்தது. இதற்கென ஒரு சில தேர்ந்தெடுக்கப்பட்ட துறை சார்ந்த பொறுப்புத் தலைவர்கள் இருந்தனர். இதற்கு உதாரணமாக இங்கிலாந்தைக் குறிப்பிட்ட சாஹா, அங்கு அவர்களின் அணு ஆற்றல் சட்டத்தின்படி ஆறு விஞ்ஞானிகளின் மேற்பார்வையில் ஆறு பல்கலைக்கழகங்கள் பின்வருமாறு தேர்ந்தெடுக்கப்பட்டிருந்தன: ஆக்ஸ்ஃபோர்ட் (லின்டர்மேன்), கேம்பிரிட்ஜ் (ஃபிரிஷ்), லிவர்பூல் (சாட்விக்), பர்மிங்ஹம் (ஒலிஃபன்ட்), கிளாஸ்கோ (டீ), எடின்பெர்க் (ஃபெதர்). ஆனால் இந்தியாவில் அனைத்து அணு

ஆராய்ச்சிகளும் பாபாவின் தலைமைப் பொறுப்பில் பம்பாயில் ஒரு நிறுவனத்திடம் ஒப்படைக்கப்படுகின்றன. இந்த அணு ஆராய்ச்சி பொருந்தாததாக அமைய வாய்ப்புள்ளது என அச்சம் தெரிவித்தார். ஏற்கெனவே பட்நாகர் அதிகாரப்பூர்வமாக அனுமதித்த *CSIR* நிதியுதவி சாஹாவிற்குக் கிடைப்பதில் பிரச்சினைகள் இருந்தன. முதலில் சிறந்த மாணவர்களுக்குப் பல்கலைக்கழக அளவில் அணுக்கரு ஆராய்ச்சிகள் பற்றி பயிற்சியளித்து அதன்பின் பெரிய ஆய்வுகளைக் கட்டமைக்க வேண்டும் என்பதே சாஹாவின் திட்டம். இவரின் திட்டம் 'கீழிருந்து மேலாக' என்றிருந்தது. பாபாவின் திட்டமோ 'மேலிருந்து கீழ்' எனும் முறையில் அமைந்தது. இவ்வமைப்பில் ஓர் மைய அமைப்பில் அனைத்தும் ஓரிடத்தில் என்றிருந்தது. *'இந்தியா முதலில் பிறர் சாராத தொழில்துறை வளர்ச்சியை எட்ட வேண்டும். பின் அணு இயற்பியலுக்கான செயல்பாட்டாளர் களைப் பல்கலைக்கழகங்களில் உருவாக்க வேண்டும்'* என்பதே *சாஹாவின் எண்ணம். (Nucleus & Nation)* பாபாவும் பட்நாகரும் பல்கலைக்கழகங்களில் இருந்திராதவர்கள். கல்வி பயிலும் மையங்களுடன் தொடர்பில்லாமல் ஆய்வு நிறுவனங்களைத் தோற்றுவித்தல் என்பது கீழ்மட்டத்தின் செயல்பாடுகளை உதாசினம் செய்து புறந்தள்ளிவிட்டுச் செயல்படுவது, பிறருடன் தொடர்புகளே இல்லாத விலை உயர்ந்த புகழ் கோபுரத்தைக் கட்டமைப்பது போன்றதுதான் என்றும் சாஹா கருதினார். இவர் அக்கறையுடன் கூறிய சில செய்திகள் சரியானவையே எனும் நிலை பிறகு தோன்றியது. சாஹா அவ்வேளையில் தனது கருத்துகளை வலியுறுத்திக் கூறவில்லை. திட்டங்கள் தீட்டுபவர்களும் இவரைக் குறை கண்டுபிடிப்பவராகக் கருதி ஒதுக்கிவிட்டார்கள்.

'நமது அரசானது ஃபிரான்சிற்கும் நமக்கும் உள்ள ஒற்றுமை களைக் கருத்தில் கொண்டு ஃபிரான்சின் முன்மாதிரியைக் கடைப்பிடித்திருக்கலாம்' என்றார் சாஹா. பிரான்ஸ் நாட்டின் அணு விஞ்ஞானிகளை அமெரிக்காவும் இங்கிலாந்தும் ஒதுக்கி வைத்திருந்தாலும் அவர்கள் தங்களுக்கான இரகசிய அணு ஆய்வுச் சமூகக் கூட்டமைப்பை உருவாக்கிக்கொண்டிருந்தார்கள். ஃபிரான்சின் அணு ஆற்றல் ஆணையத்தின் தலைவராகிய ஃபிரெடிரிக் ஷோலியே குயூரியுடன் *(Fredrick Jolit - Curie)* சாஹா தொடர்பில் இருந்தார். அவர்களும் உரிய செயல் வல்லுனர்கள் கிடைக்காமல் அவதியுற்று மூலப்பொருட்களையும் தேடிக்கொண்டிருந்தது சாஹாவிற்குத் தெரியும். ஃபிரான்சின் விஞ்ஞானிகளுடன் இணைந்து இந்தியா செயல்படுவதாக இருந்திருந்தால் அணு ஆய்விற்கான பொருட்களின் ஏற்றுமதித்

தொல்லைகளைத் தவிர்த்திருக்கலாம் என்றும் சாஹா கருதினார். ஆனால் ஷோலியோ கியூரி கம்யூனிஸ்டு கட்சியின் சார்பாளர் எனக் கருதப்பட்டதால் 1950இல் 'மாற்று ஆற்றல் மற்றும் அணு ஆற்றல் ஆணையத்தின் (CEA) உயர் பதவியிலிருந்து நீக்கப்பட்டார்.'

சாஹா, பாபா ஆகியோருக்கு இடையிலிருந்த மனஸ்தாபம் வேறு வடிவங்களிலும் வெளிப்பட்டது. சாஹாவின் மகன் அஜித்குமார். அணு இயற்பியல் பயின்றவர். அவரை இந்தியாவின் எதிர்கால அணு விஞ்ஞானியாக முன்னிலைப்படுத்த சாஹா விரும்பினார். மகனின் ஆராய்ச்சி தொடர்பான ஆய்வேடு எவ்விதம் சிறப்பாக அமைந்துள்ளது என்பது பற்றி பாபாவிற்கு ஒரு கடிதம் எழுதினார். அதற்குப் பதிலுரைத்த பாபா, மிகச் சரியான சூழலில் நன்கு பணிபுரியும் ஒன்பது பேரில் ஒருவர்தான் பிறர் துணையின்றி, தனித்து இயங்குகையிலும் தன் கடமையைச் செய்திடவியலும் என்றார். சாஹா தன் மகனுக்கு நன்மை பயக்கும் முயற்சிகளில் இறங்குவதாக பாபா சந்தேகித்தார். அவர் தனது கடிதத்தில், மேலும் அவ்வேளையில் தேவைப்படுவது சோதனை முறை அணு இயற்பியலே. கோட்பாடுகள் சார்ந்த செயல்முறைகள் தற்போது தேவையில்லை' என்று தெரிவித்தார். மேலும் அவர்: 'நீங்களும் நானும் அடிப்படையில் கோட்பாடு இயற்பியலாளர்கள். நாம் தேவையான மிகச் சரியான சோதனை முறைகளைத் திட்டமிட இயலும். நமது திட்டங்கள் சோதனை இயற்பியலாளர்கள் வடிவமைக்கும் திட்டங்களைக் காட்டிலும் சிறப்பாகவேகூட அமையலாம். ஆனால் சோதனை முறைகளின் தொழில்நுட்பம் தொடர்பாக விரிவான ஆலோசனைகளை நம்மால் தரவியலாது' என்றார். (Abinash Meghnad Saha). இதற்குப் பதிலுரைத்த சாஹா, 'நான் உங்கள் அளவிற்கான கோட்பாட்டாளர் கிடையாது. 'ஒளிநிறப்பட்டை நோக்கி களிலும் (Spectroscopy) வெப்பவழி அயனியாக்கத்திலும் (Thermal Ionization) நானே திட்டமிட்டுச் செயல்பட்டிருக்கிறேன்' என்றார். சாஹா, ஒரு கோட்பாட்டாளர் எனும் கருத்தினை பாபா இராமன் அவர்களின் காலத்திலிருந்தே கொண்டிருந்தார். ஏனெனில் இதேபோன்ற கருத்தை இராமனும் ஏற்கெனவே வெளியிட்டிருக்கிறார். இக்கருத்தினை அடிப்படையாகக் கொண்டே சாஹாவை தனது அணு இயற்பியல் துறையருகில் நெருங்கவிடாமல் செய்திருக்கிறார். அவ்விதம் தனக்கான சாம்ராஜ்யத்தை அமைத்துக்கொண்டார்.

நீண்ட நாளைய பழக்கத்தால் பாபா, நேருவின் நெருங்கிய நண்பரானார். அவர்கள் இருவரும் முதன்முதலில் எப்போது சந்தித்தார்கள் என்பது தெளிவாகத் தெரியவில்லை. ஆனால்

இந்திரா காந்தி ஒருமுறை, 1939இல் தனது தந்தையுடன் மார்ஷெல்ஸ் தீவிற்குச் செல்லுகையில் பாபாவைப் பயண வேளையில் சந்தித்ததாக நினைவுகூர்ந்துள்ளார். பாபா இதற்கும் முன்பாகவே தனது உறவினரான சர் டோரப்ஜி டாடாவின் இல்லத்தில் நேருவைச் சந்தித்திருக்க வாய்ப்புண்டு. ஏனெனில் அன்று பல தேசியத் தலைவர்களும் அவரது இல்லத்தில் தொழிலதிபர்களுடன் விவாதிக்க வருகை தருவதுண்டு. பாபாவைக் காட்டிலும் நேரு 2 வயது மூத்தவர். அவர்கள் இருவரும் படிப்படியாக நெருங்கிய நண்பர்களாயினர். பாபா நேருவை 'Dear Bhai' என்று அழைப்பார். நேரு பாபாவை 'Dear Homi' என்றழைப்பதுண்டு. 1968இல் 'ஹோமி பாபா அரங்கம்' (Homi Bhabha Auditorium) திறப்பு விழா நிகழ்ச்சியில் பேசிய இந்திரா காந்தி, நேரு – பாபா நட்புறவை விவரிக்கையில், 'பாபாவைப் பற்றி வியப்படைந்ததன் காரணமாகவே அவரின் மீது எனக்கு ஆர்வம் ஏற்பட்டது. இதற்கு முக்கியக் காரணம், எனது தந்தையிடம் அவர் காட்டிய நட்புணர்வும் அதனை எனது தந்தை ஏற்றுக்கொண்டதுமேயாகும். ஓர் அரசியல் தலைவரின் வாழ்வில் பெருமளவில் கவர்ச்சி உண்டு. இது புறவயமானது. அது மற்றவர்கள் தங்களது அன்றாட வாழ்வில் பெற்றிடும் நல்லிணக்கம் போன்றிருப்பதில்லை. பாபா, முறையான நல்லிணக்க நட்பிற்கு வழிவகுத்திருந்தார். எவ்வளவுதான் களைப்பாக இருந்தாலும் இரவு வேளையாக இருப்பினும் பாபாவின் அழைப்பை எனது தந்தை ஏற்றுக்கொள்வதுண்டு. ஏனெனில், பாபா தெரிவிக்கும் பிரச்சினைகள் மிக அவசரமாகக் கவனிக்கப்பட வேண்டியவையாகவே இருக்கும். அதேவேளையில் அச்செயல்கள் மனதிற்கு இதமானதாகவும் ஒரு புதிய உலகிற்கு அழைத்துச் செல்வது போன்றதாகவும் அமைந்திருக்கும்' என்று கூறினார். (A Masterful Spirit)

வெளிநாடு சென்று வந்ததும் பாபா, நேருவிற்கு ஒரு குறிப்பு அனுப்பினார். அக்குறிப்பு இந்தியாவில் அணு ஆராய்ச்சிகளின் அவசியம் பற்றியது. நேரு அவருடன் தனியே ஆலோசிக்க சம்மதம் தெரிவித்தார்.

பாபா, இந்தியாவின் அணு ஆய்வுகளைத் தனது கட்டுப்பாட்டில் மேற்கொள்வதோடு அணு ஆற்றல் ஆணையகமும் CSIRஇன் கட்டுப்பாட்டில் இயங்காதிருக்க வேண்டும் என எண்ணினார். அவ்வேளையில் CSIR பட்நாகரின் பொறுப்பிலிருந்தது. தனது திட்டப்படியே அணு ஆய்வுகள் அமைய பாபா எண்ணினார். நேருவும் அணு ஆற்றல் மசோதா மூலமாக அதற்கு வழிவகை செய்துதந்தார். (ஒரு தனித்த அணு ஆற்றல் துறை (Department of Atomic Energy) உருவாவதற்குச் சில

ஆண்டுகளாயின. 1954ஆம் ஆண்டு, ஆகஸ்ட் மாதத்தில் அத்துறை தொடங்குவதாக இருந்தது. இதனால் பாபாவிற்கு இந்திய அணு ஆராய்ச்சி தொடர்பாக முழு அதிகாரம் கிடைத்தது.)

அணு ஆற்றல் ஆணையகத்தினை (AEC) அமைப்பதுடன் அணு ஆற்றல் மசோதாவானது 1948, ஆகஸ்டில் சட்ட வடிவம் பெற்றது. அணு ஆற்றலைத் தொழில் வளர்ச்சிக்குப் பயன் படுத்துவது, அணு உலையை 5 ஆண்டுகளுக்குள் அமைப்பது, சோதனைச் சாலைகளில் அணு ஆற்றல் தொழில்நுட்பத்தை வளர்ப்பது போன்ற திட்டங்கள் வகுக்கப்பட்டன. சாஹாவையும் ஆணையத்தில் இணைக்க நேரு முயன்றார். ஆனால் சாஹா மறுத்துவிட்டார். அணு இயற்பியலாளர்களுக்குக் கற்பித்தலும் பயிற்றவித்தலும போன்ற பணிகளில் தொடர்ந்து ஈடுபட விரும்புவதாகத் தெரிவித்தார்.

பாபாவின் பரிந்துரையின்படி AEC ஒரு தனி அமைப்பாக அரசின் எந்த ஒரு அமைச்சகம் அல்லது துறையின் கீழ் இல்லாமல் தனது தனித்த செயலகத்தில் இயங்கியது. ஆணையத்தில் மூன்று உறுப்பினர்கள் நியமிக்கப்பட்டனர். அரசு அதிகாரிகள் ஒருவரும் இடம் பெறவில்லை. பாபா தலைமைப் பொறுப்பிலும் பட்நாகர் செயலர் பதவியிலும் கே.எஸ். கிருஷ்ணன் உறுப்பினராக வும் நியமனம் பெற்றனர். அடுத்த 3 முதல் 5 ஆண்டுகளுக்கு 1 கோடி ரூபாய் நிதி ஒதுக்கப்பட்டது. இத்தகைய கட்டமைப்பில் பாபாவால் தனது செயல் திட்டத்தில் முழு வீச்சில் ஈடுபட முடிந்தது.

இந்தியாவில் உள்ள அதிகப்படியான தோரியம் இருப்பைப் பயன்படுத்திக்கொள்ள பாபா ஒரு திட்டம் வகுத்திருந்தார். அணு உலைகளுக்கு அணுப்பிளத்தல் பெறும் இயல்புடைய தனிமம் ஒன்று தேவை. அந்த அணுவானது நியூட்ரானின் மோதலால் பிளவுபெற வேண்டும். யுரேனியம் (U235) (இதில் 235 எனும் எண் அத்தனிம அணுவிலுள்ள துகள்களின் மொத்த எண்ணிக்கையைக் குறிக்கிறது) பிளவுபடக் கூடியது. ஆனால் இயற்கையில் கிடைக்கும் யுரேனியம் சற்று மாறுபட்டது. பெரும்பாலும் இயற்கையில் யுரேனியம் U238தான் உண்டு. இதன் அணுக்கருவில் மூன்று அதிகப்படியான நியூட்ரான்கள் உள்ளன. இயற்கைத் தாதுப்பொருளில் 0.7 சதவிகிதம் மட்டுமே U235 உள்ளது. U238யைப் பிளத்தலுக்கு உட்படுத்த அதிவேக நியூட்ரான்கள் தேவை. அணு உலையில் தொடர்வினைகளின் வேகத்தினை மட்டுப்படுத்த உதவிடும் வேகக் குறைப்பான்கள் (Moderators) நியுட்ரான்களின் வேகத்தையும் குறைத்துவிடும். இதனால் U235 மட்டுமே பிளவுபட்டு U238 பாதிப்பின்றி விளங்கும்.

அணு உலையில் ஆற்றல் உற்பத்தியின்போது U238இன் ஒரு பகுதி புளூட்டோனியம்–239 ஆக மாறுதல் பெறுகிறது. இப்பொருள் இயற்கையில் கிடைப்பதில்லை. புளூட்டோனியம்–239 பிளத்தல் இயல்புகொண்டது. யுரேனியம் உலைகளில் பயன் படுத்திய எரிபொருளிலிருந்து இதனைப் பிரிக்கலாம். பின் அதனை அடுத்த தலைமுறை ஆற்றல் உலைகளில் பயன்படுத்தலாம். அவ்வுலைகளில் Pu – 239 ஆனது U238 – உடன் சேர்க்கப்பட்டுச் சிறிது ஆற்றல் உற்பத்தியுடன் மேலும் எரிபொருளை Pu – 239 ஆக மாற்றிட உதவும். இம்முறையால் Pu – 239இன் அளவை அதிகரிக்கலாம். இந்த உலைக்கு புளூட்டோனியம் மறுஉற்பத்தி உலை (*Plutonium Breeder Reactor*) என்று பெயர். இது உற்பத்தி யின் இரண்டாம் நிலை. ஒருவேளை உலகின் யுரேனியம் அடுத்த இருநூறு ஆண்டுகளில் குறைவுபட்டால் அணு உலை ஆற்றல் உற்பத்தி புளூட்டோனியம் எரிக்கப்பட்டதுடன் இரண்டாம் நிலையில் முடிவு பெறும். இரண்டாம் நிலையில் உள்ள உலைகளுக்கு அதிவேக உற்பத்தி உலைகள் (*Fast Breeder Reactor*) என்று பெயர்.

இந்நிலையில்தான் இந்தியாவின் தோரியம் இருப்பு நமக்கு நன்மை பயக்கும் என்று பாபா கருதினார். தோரியம் (Th–232) யுரேனியத்தின் மற்றொரு உருவாகிய U–233 ஆக மாறுதல் பெறக் கூடியது. U–233 அணுப்பிளத்தல் இயல்புடையது. இந்நிகழ்வினைத் தோரியத்தின் மீது நியூட்ரானை மோதச் செய்வதால் நிகழ்த்தலாம். இரண்டாம் நிலையில் U–238 உடன் குறிப்பிட்ட அளவு தோரியம் பயன்படுத்தப்படும். இதன் மூலம் சிறிதளவு புளூட்டோனியம், மிகச் சிறிய அளவில் U233 ஆகியவை கிடைக்கும். குறைவாகக் கிடைக்கும் U–233இன் அளவினை அதிகரிக்கலாம். மூன்றாம் நிலையில் U233ஐ எரிபொருளாகப் பயன்படுத்தி ஆற்றல் உருவாக்கலாம். தோரியத்துடன் கலப்பதால் U–233 மறுஉற்பத்தி உலையானது ஆற்றலைத் தோற்றுவிக்கும். இதில் மேலும் அதிக U–233 உருவாகும். இவ்வகையில் அணுஉலை களின் மூலம் ஆற்றல் தோற்றுவிப்பதை மேலும் சிறிது காலம் நீட்டிக்கலாம். தோரியம் இருப்பு தீரும்வரையிலும் இதைத் தொடரலாம். இந்தியாவில் அதிக அளவில் தோரியம் உள்ளது என்று நிலப் பொதியியலாளர்கள் (*Geologists*) தெரிவித்திருக் கிறார்கள். புதிய தொழில்நுட்ப முன்னேற்றங்கள் நிகழாவிட்டா லும் இருப்பிலுள்ள தோரியத்தால் அணு உலைகளின் மூலம் பல நூற்றாண்டுகளுக்கு ஆற்றலை உருவாக்கலாம். ஆனால் இதற்கு 'துரித மறு உற்பத்தி அணு உலைகள்' (*Fast Breeder Reaction*) இரண்டாம் நிலையில் ஒரு சில தசாப்தங்களுக்குத் தேவைப்படும்.

இதற்குத் தேவைப்படும் மற்றொரு முக்கிய அம்சம் 'மிகு எடை நீர் அணு உலைத் திட்டம்' என்று 1948, ஏப்ரலில் நேருவுக்கு எழுதிய கடிதத்தில் பாபா குறிப்பிட்டார். முதல் நிலையில் யுரேனியம் பயன்படுத்துகையில் இரண்டு வாய்ப்புகளிருந்தன. *U* – 235ஐப் (இதனை இயற்கையில் கிடைக்கும் யுரேனியத்திலிருந்து பிரித்தெடுக்க வேண்டும்) பயன்படுத்தினால், சாதாரண நீரை 'மாடரேட்டர்' எனும் விசைக் குறைப்பானாகப் பயன்படுத்தலாம். நீரானது நியூட்ரானின் நேரத்தை மட்டுப்படுத்தும். விசைக் குறைப்பான்கள் அணு உலைகளில் நிகழக்கூடிய தொடர் வினைகளைக் கட்டுப்படுத்துகின்றன. இந்தக் கட்டுப்படுத்துதல் இல்லையெனில் தொடர்வினைகளால் அணுகுண்டு வெடிப்பு நிகழலாம். ஆனால் *U*–235ஐப் பிரித்தெடுக்கும் கடுமையான பணியைத் தவிர்த்து இயற்கை யுரேனியத்தை மாத்திரமே பயன்படுத்தினால் தொடர்வினை நிகழ்ச்சிகளைத் தடுப்பதற்கு விசைக்குறைப்பானாக மிகு எடை நீரைப் பயன்படுத்துதல் தேவை. மிகு எடை நீரில் டியூட்டிரியம் (*Deuterium*) உள்ளது. இது இயல்பான ஹைடிரஜனில் புரோட்டானுக்குப் பதிலாக அதிகப்படியாக ஒரு நியூட்ரான் கொண்ட ஹைடிரஜன் அணுவால் அமைந்த மூலக்கூறாகும். இயற்கையில் கிடைக்கும் நீரிலேயே மிக மிகக் குறைவான அளவிற்கு அதாவது ஒவ்வொரு மில்லியனுக்கும் ஒரு சில பகுதிகள் எனும் அளவீட்டில் மிகு எடை நீர் மூலக்கூறுகள் உண்டு.

பாபா கூறியபடி: *'இந்தியாவிலுள்ள மொத்த தோரியத்தின் அளவு 500,000 டன். இது அப்படியே நேரடியாகப் பெறக் கூடிய தோரிய தாதுப்பொருளின் அளவு. இதிலிருந்து பெறக் கூடிய யுரேனியத்தின் இருப்பானது இதில் பத்தில் ஒரு பங்கு. இந்திய அணு ஆற்றல் உற்பத்தியை நீண்ட நாட்களுக்குத் தொடர்வதை நோக்கமாகக் கொண்டிருந்தால் அணு உட்கரு ஆற்றல் உற்பத்தி உலைகளை யுரேனியத்திற்குப் பதில் தோரியத்தைப் பயன்படுத்தும் வகையில் விரைவில் அமைக்க வேண்டும்... முதல் தலைமுறை அணுவாற்றல் நிலையங்கள் யுரேனியம் சார்ந்து செயல்படுவதை அணு ஆற்றல் நிகழ்வுகளைத் தொடங்கு வதற்குப் பயன்படுத்திக்கொள்ளலாம்... முதல் தலைமுறை ஆற்றல் நிலையங்களில் கிடைக்கும் புளுட்டோனியத்தை மின் சக்திக்காக நிறுவும் இரண்டாம் தலைமுறை ஆற்றல் நிலையங் களில் பயன்படுத்தி தோரியத்தை U–233 ஆகவோ அல்லது குறைவுற்ற யுரேனியத்தை 'உலை இயக்கத் தோற்றுவித்தலால்' மேலும் புளோட்டோனியமாகவோ மாற்றிக்கொள்ளலாம்... இரண்டாம் தலைமுறை ஆற்றல் நிலையங்களை, மூன்றாம் தலைமுறை உலைகளுக்கான இடைநிலை மறுஉற்பத்தி ஆற்றல்*

நிலையங்களாகவே கொள்ளலாம். இவ்வுலைகள் அனைத்தும் ஆற்றல் தயாரிக்கப் பயன்படும் உலைகள் என்பதைக் காட்டிலும் மேலும் அதிக U–233யை உற்பத்தி செய்யவே உதவும்' என்று பாபா குறிப்பிட்டார். *(Bhabha and his Magnificient Obesession)*

இதுவே பாபாவின் 'மூன்று நிலைகள்' திட்டம். உலகில் எங்கும் தோரியம் பயன்பாட்டை அடிப்படையாகக்கொண்ட அணுஉலைகள் இல்லை. எனவே பாபாவின் இக்கருத்துகள், கோட்பாட்டு அளவிலான எண்ணங்களே. படிப்படியாகச் செயல்பட்டு அந்த இலக்கினை எட்ட வேண்டும் என்பது பாபாவின் திட்டம். முதல் படியாக இந்தியாவில் உள்ள மூலப்பொருட்களைக் கண்டறிய வேண்டும். AEC எனும் அணு ஆற்றல் ஆணையகமும் இந்திய நிலப்பொதியியல் ஆய்வுத் துறையும் அணு ஆற்றலுக்கான எரிபொருள் தேடுதலில் ஈடுபடத் தொடங்கின. பொதுத்துறை நிறுவனமான 'இந்திய அரிய நிலப்பொருட்கள் நிறுவனம்' (Indian Rare Earth Limited) 1950இல் நிறுவப்பட்டது. இதன் உற்பத்தி நிலையம் கேரளத்தில் அலுவாவில் நிறுவப்பட்டது. இங்கு கடற்கரை மணலில் கிடைக்கும் மோனோஸைட் தனிமம் பிரித்தெடுக்கப்பட்டது. 1951இல் ஜார்கண்டில் ஜடுகுடாவில் அதிக அளவில் யுரேனியம் படிவுகள் கண்டறியப்பட்டன. ஆனால் இங்கு அதனைத் தோண்டியெடுக்க மேலும் 15 ஆண்டுகள் ஆகிவிடும். இன்றைக்கு இரண்டு யுரேனியம் சுரங்கங்கள் இந்தியாவில் உள்ளன. ஒன்று ஜடுகுடாவிலும் மற்றொன்று ஆந்திராவின் தும்மலபள்ளியிலும் உள்ளன.

மிகு எடை நீருக்கும் அதனைப் பயன்படுத்தும் தொழில் நுட்பத்திற்கும் பாபா, அமெரிக்கா, கனடா நாடுகளை நாடுவதற்கு விரும்பினார். கனடாவின் டபிள்யூ.பி. லூயிஸின் வழிநடத்துதலில் மிகு எடை நீரைப் பயன்படுத்திக்கொள்ளத் திட்டமிட்டார். லூயிஸுடனான அன்றைய கேம்பிரிட்ஜ் கால நட்பு இன்று பாபாவிற்குப் பயனுடையதாக அமைந்தது. கனடா நாட்டினர் அணு ஆயுதம் தயாரிப்பதைக் காட்டிலும் மின் உற்பத்தியில் ஆர்வம் கொண்டிருந்தனர். லூயிஸின் தலைமைப் பொறுப்பில் ஆராய்ச்சியானது சாக் ரிவர் (Chalk River) எனும் பகுதியில் தொடங்கியது. இவ்விடம் மக்கள் வசிக்கும் பகுதியாகிய டீப் ரிவர் கிராமப் பகுதியிலிருந்து 25 கி.மீ. தூரத்தில் இருந்தது. 1947இல் அவர்கள் ஒரு மிகு எடை நீரால் வேகம் மட்டுப்படுத்தப்பட்ட ஆய்வு அணு உலையை அமைத்தனர். இயற்கை யுரேனியம் பயன்படுத்தப்பட்ட அணு உலை கொண்ட அந்நிலையத்திற்கு NRX என்று பெயர். பத்தாண்டுகளுக்கு அதுவே உலகின் பெரிய ஆய்வு அணு

உலை நிலையமாக விளங்கியது. NRXஇல் உள்ள உலை போன்ற கட்டமைப்பே இந்தியாவிற்குத் தேவை என பாபா கருதினார்.

அதேவேளையில் மீண்டும் நினைவூட்டி நேருவுக்குக் குறிப்பு ஒன்றினை அனுப்பினார். அதில் 1968இல் குறிப்பிட்டபடி பிறநாட்டினருடன் இணைந்து செயல்படுவதன் அவசியம் பற்றி தெரிவித்திருந்தார். கூட்டுச் செயல்பாட்டிற்கான ஒப்பந்தம் பிரான்ஸ் நாட்டுடன் ஏற்பட்டது. அவ்வேளையில் பிற நாடுகள் தங்களைத் தனிமைப்படுத்திக்கொண்டே இருந்தன. இந்திய அறிவியல் பேராயத்தின் *(Indian Science Congress)* அழைப்பின்பேரில் ஃப்ரெடிரிக்கும் *(Fredric)* ஐரீன் ஜோலியட் கியூரியும் *(Irene Joliot - Curie)* 1950இல் இந்தியா வந்திருந்தனர். ஜனவரி, 1950இல் புதுடெல்லியில் AECயின் சிறப்புக் கூட்டம் நடைபெற்றது. அக்கூட்டத்தில் கலந்துகொண்ட ஜோலியட் கியூரி தங்களது யுரேனியம் சுத்திகரிப்பு முதலான பிற செயல்முறைகளின் தொழில்நுட்ப விவரத்தை இந்தியாவுடன் பகிர்ந்துகொள்ள விரும்புவதாகத் தெரிவித்தார். அதற்கு ஈடாக தோரியம், பெரில்லியம், கிராஃபைட் தயாரிப்பிற்கான தனிம எண்ணெய் ஆகியவற்றைத் தங்களுக்கு ஏற்றுமதி செய்யும்படி வேண்டினார். (இந்தியா பிரான்ஸ் நாட்டுடன் இணைந்து செயல்பட வேண்டும் என முதன்முதலில் தெரிவித்த சாஹா இப்போது தன்னை இம்முடிவுகளிலிருந்து விலக்கிக்கொண்டார்.) அவ்வேளையில் உலகின் பிறநாடுகள் அணு ஆற்றல் உற்பத்தியின் தொழில்நுட்பத்தில் இரகசியம் காத்த நிலையில் இந்தப் பரிமாற்ற நிகழ்வு வழக்கத்திற்கு மாறானதாகவே இருந்தது. இந்த ஒப்பந்தத்தில் பங்குபெற்ற பெட்ரன்டு கோல்டுஸ்மித் *(Bertrand Goldschmidt)* கூறுகையில், 'அனைவருக்கும் தெரிந்த அரசியல் காரணங்களால் நாங்கள் மிகவும் தனிமைப்படுத்தப் பட்டோம். இதற்குக் காரணம் அணு ஆராய்ச்சி தொடர்பான இரகசியம் காத்தல் பற்றிய ஆங்கிலேய – அமெரிக்க ஒப்பந்தம். ஃபிரன்சுடன் இணைந்து ஆய்வு மேற்கொள்வதை முன்மொழிந்த முதல் வெளிநாட்டு அணு ஆற்றல் அமைப்பின் தலைவர் ஹோமி பாபா' என்றார். *(Homi Jahangir Bhabha)*

இந்தப் பேச்சுவார்த்தையைத் தொடர்ந்து பிரான்ஸ்சுடன் பல இரகசியக் கூட்டங்கள் நடைபெற்றன. ஒப்பந்தம் 1951இல் எட்டப்பட்டது. ஆங்கிலேய அரசும் அதனைத் தொடர்ந்து அமெரிக்காவும் இந்தியா – பிரான்ஸ் அணு ஒப்பந்தத்தைப் பற்றி ஐயம் கொண்டிருந்தனர். 'இந்தியா தனது அணு ஆற்றல் தொடர்பான நடவடிக்கைகளை ஃபிரான்சின் கற்பிதங்களோடு மேற்கொள்வது சரியானதன்று. அவர்களிடமிருந்து இந்தியா

விலகிச் செல்ல வேண்டும்' என அந்நாடுகள் கருதின. அதே நேரத்தில் பாபா இதுபற்றி இங்கிலாந்தின் அணு ஆற்றல் ஆராய்ச்சி நிறுவனத்தின் இயக்குனரான சர். ஜான் டி. காக்ராஃப்டுடன் *(Sir John D. Cockcroft)* விவாதித்துக்கொண்டிருந்தார். (இவர் 1951இல் இயற்பியலில் நோபல் பரிசு பெற்றவர்). பிரித்தானிய அரசின் தயக்கமே இந்தியா ஃபிரான்ஸை நாடியதற்குக் காரணம் என எண்ணிய காக்ராஃப்ட், இந்திய – பிரெஞ்ச் ஒப்பந்தம் பற்றித் தான் அறிந்தவற்றை பிரித்தானிய அரசிற்குத் தெரிவித்தார். பிரித்தானிய அரசின் பின்வரும் அறிக்கை அவர்களின் மனநிலையைக் காட்டியது: *'ஒரு கிழக்கத்திய நாடு ஒரு கடிதத்திற்குப் பதிலுரைப்பது தொடர்பாக 3 மாதங்களுக்கு உட்பட்ட கால அளவினை அசாதாரணமான ஒன்றாகக் கருதக் கூடாது.* நமது தாமதமான பதிலாலேயே இந்தியா பிரான்ஸ் நாட்டை நாடியது என்பதாக நான் கருதவில்லை. காக்கிராஃப்டின் அறிக்கையின்படி பாபா நம்முடன் இதுபற்றி விவாதித்துக்கொண்டிருக்கும்போதே பிரான்ஸுடன் ஒப்பந்த ஏற்பாடுகளைச் செய்திருக்கிறார்.' *(Letter from F.C. How To Roger Makins, 18 August 1951, File AB 16/565. Technical co-operation with India, 1947-54, National Archives Kew UK.*

இந்தச் செய்திகள், பாபா எத்தகைய இடர்ப்பாடான சூழல்களில் செயல்பட வேண்டியிருந்தது என்பதை உணர்த்தும். அவர் சில நேரங்களில் விஞ்ஞானியாக விளங்குவதைக் காட்டிலும் ராஜதந்திரியாகவே செயலாற்ற நேரிட்டது. ஒரு வகையில் அவர் இந்தியாவின் அதிகாரப்பூர்வமான தூதுவராகவே விளங்கினார். இதில் அவரது கேம்பிரிட்ஜ் தொடர்புகளும் மேற்கத்திய பாணியிலானஅவரது இளமைக்காலப் பயிற்சிகளும் உதவின. ஒருமுறை பிரித்தானிய நாட்டின் அணு ஆற்றலின் முன்னாள் தலைவர் லார்ட் பென்னே *(Lord Penney)* கூறியபடி' *'பாபா பலமுறை இங்கிலாந்திற்கு வருவதுண்டு. அவர் பல நாடுகளுக்கும் செல்வதும் உண்டு. அவருக்கு அனைத்து இடங்களிலும் நண்பர்கள் இருந்தனர். இந்தியாவின் அறிவியல் செயல்பாடுகள் தொடர்பானவற்றைக் கேட்டுத் தெரிந்துகொள்ள அவர் உதவினார்.' (Homi Jahangir Bhabha 1909–1966)*

பாபா இங்கிலாந்து நாட்டுடனும் ஓர் ஒப்பந்தமிட்டார். அதன் அடிப்படையிலேயே அவர் *'APSARA'* 'நீச்சல்குளம் அணு உலை'யைக் கட்ட முடிந்தது. செறிவூட்டப்பட்ட யூரேனியத்தைத் தருவதற்கு ஆங்கிலேய அரசு 1955இல் ஒப்புக் கொண்டது. 'அணு உலை அறிவியல் மற்றும் தொழில்நுட்பம்' தொடர்பாக இங்கிலாந்து நாட்டில் நடைபெற்ற முதல் பன்னாட்டு விஞ்ஞானிகளுக்கான பயிற்சியில் இந்திய

விஞ்ஞானிகள் கலந்துகொண்டனர். அதே ஆண்டு 40 விஞ்ஞானி களையும் பொறியாளர்களையும் கனடா நாட்டிற்கு ஓராண்டு கால 'எதிர்வினைத் தொழில்நுட்ப' (Reaction Techonology) பயிற்சிக்கென பாபா அனுப்பிவைத்தார்.

டுர்பே (Turbhe) என்பது ஓர் அமைதியான மீனவ கிராமம். இதுவே ஆங்கிலப் பாணியில் பிறகு டிராம்பே (Trombay) என்றழைக்கப்பட்டது. அந்த இடம் அணு உலை அமைப்பதற்காகத் தேர்ந்தெடுக்கப்பட்டது. இது மிகக் குறைவான மக்கள்தொகை கொண்ட இடம். இதன் கிழக்குப் பகுதியில் ஒரு சிற்றோடை உண்டு. இப்பகுதியைச் சுற்றிலும் மலைகள் உண்டு. மேற்குப் புறமாக அமைந்திருந்த பம்பாயின் மிக உயர்ந்த மலைகள் இவை. பிறைவடிவத்திலிருந்த அந்த இடம் அன்றைய மிகவும் பரபரப்பான பம்பாயிலிருந்து நெடுந்தொலைவிலிருந்தது. பாதுகாப்புக் காரணங்களால் பாபா அந்த இடத்தைத் தேர்வு செய்திருந்தார். அவ்விடத்தின் அழகும் அவர் அதனைத் தேர்ந்தெடுத்ததற்கு ஒரு காரணம். அந்த இடத்தைப் பெற்று, தோரியம் உலை அமைக்கும் பணி 1953இல் தொடங்கியது. ஒரு 'நீச்சல் குள வகையிலான அணு உலை' அங்கு கட்டப்பட்டது. அவ்வுலை இங்கிலாந்திலிருந்து பெறப்படும் செறிவூட்டிய தோரியத்தைப் பயன்படுத்தக்கூடியது.

AEC-யானது அணுக்கரு ஆய்வுகளுக்கு மேலும் நிதியுதவி வழங்கியது. இத்தகைய சில ஆய்வுப் பணிகள் TIFRஇன் பழைய கட்டடத்தில் (கெனில்வொர்த்) நடைபெற்றன. 1953 வாக்கில் ஒரு சிறிய வேதியப் பொறியியலாளர் குழுவினர் அங்கு முதன்முதலாக ஒரு கிராம் அளவில் யுரேனியம் தயாரித்தனர். அவ்வேளையில் இந்தியாவில் தோற்றுவித்த பல தொழில்நுட்பப் பணிகளும் TIFRஇலேயே நிகழ்ந்தன. டிராம்பேயில் இடம் தயாராகும் வரையில் இத்தகைய முயற்சிகள் TIFR இடத்திலேயே நிகழ்ந்தன. 1957ஆம் ஆண்டில் இச்செயல்கள் புதிய இடத்திற்கு மாற்றப்பட்டன.

இந்திய அரசு 1954 ஜனவரியில் பாபாவிற்கு 'பத்மபூஷன்' விருதளித்துக் கௌரவித்தது. அதே ஆண்டு அணு ஆற்றல் துறை (Dept. of Atomic Energy - DAE) பாபாவின் தேவைக்கேற்ப நிறுவப்பட்டது. பாபாவே அதன் முதல் செயலர். அத்துறை யானது பிரதம மந்திரியின் நேரடிக் கட்டுப்பாட்டில் அமைந்தது. DAEஇன் அலுவலகம் பம்பாயில் அமைந்தது. அதன் தொடர்பு அலுவலகம் புதுதில்லியில் அமைக்கப்பட்டது. புதுதில்லிக்கு வெளியே இந்திய அரசின் துறை அலுவலகம் அமைக்கப்படுவது இதுவே முதல் முறை. இத்தகைய அமைப்பை வேறு எந்தத் துறை சார்ந்த செயலுக்கும் பெற்றிட முடியாது. ஆனால் பல

ஆண்டுகளுக்குப் பிறகு சத்தீஷ் தவன் புதிதாக உருவாக்கப்பட்ட 'விண்ணியல் துறை'க்கும் (Department of Space (DoS)) அதே போன்று புது தில்லிக்கு வெளியே அமைக்க அனுமதி கோரினார். இன்று இத்துறையின் தலைமைச் செயலகம் புதுதில்லியில் அமையாமல் பெங்களூரில் அமைந்துள்ளது. ஏனெனில், அவ்வேளையில் தவன் இந்திய அறிவியல் நிறுவனத்தின் (Indian Institute of Science) இயக்குநராகவும் இருந்தார். அவர் புதிய விண் துறையினையும் கவனித்துக்கொண்டார். TIFRஇன் இயக்குநராகவிருந்த பாபாவிற்கு DAE அலுவலகத்தை பம்பாயில் அமைத்துக்கொள்வது இயற்கையான தேர்வாக அமைந்தது. இவ்வகையில் அவர் பம்பாயின் அறிவியல் ஆய்வுகளையும் ஒருங்கிணைத்துக் கண்காணிக்க முடிந்தது. மேலும் புதுதில்லியில் அதிகாரச் சூழலிலிருந்து தள்ளியிருப்பதனையே பாபா விரும்பினார். சுறுசுறுப்பாக இயங்கும் பாபா புது டெல்லியின் 'அதிகார அலுவல்' சூழ்நிலையை வெறுத்தார்.

இத்தகைய கட்டமைப்பில் டிராம்பேயின் நடவடிக்கைகள் புதிய அணு ஆற்றல் நிறுவனமாகிய, (Atomic Energy Establishment, Trombay - AEET எனும் அதிகாரப்பூர்வ அமைப்பின் கீழ் வந்தன. பாபாவே இதன் முதல் இயக்குநர். இவ்விதம் பலவிதங்களில் பாபா இந்தியாவின் முக்கிய விஞ்ஞானியாக விளங்கினார்.

டிராம்பேயிலிருந்த ஆராய்ச்சியாளர்கள் TIFRஇன் ஆரம்பகால செயல்களில் இயங்கிக்கொண்டிருந்தவர்கள். தொடக்கத்தில் நிறுவனத்திற்கு ஓர் திட்டவட்டமான கட்டமைப்பு கிடையாது. விஞ்ஞானிகள் புதிய பாதைகளை வகுத்துக்கொள்ள மிகுந்த சுதந்திரம் இருந்தது. விஞ்ஞானிகளைப் பற்றிக் கூறுகையில், '... பயனுள்ள வேலைகளை ஆரம்பத்தில் தேர்ந்தெடுத்துக் கொள்ள வேண்டும். பின் புதிய எண்ணங்களை உருவாக்க வேண்டும்' என்று குறிப்பிட்டார். விரும்பினார். குறிப்பாக, அணுக்கருத் தொழில்நுட்பத்தில் நமது உள்நாட்டுத் தொழில்நுட்ப முறைகளை ஏற்படுத்திக்கொள்ள வேண்டும் என்பதற்கு முக்கியத்துவம் கொடுத்தார். அதேவேளையில் தேவைகளுக் கேற்பப் பிற நாட்டினருடன் இணைந்து செயல்படலாம் என்றும் கருதினார். வெளிநாட்டினருடன் எதற்கு எப்போது இணைந்து இயங்கலாம் என்பது பற்றி அவர் ஒரு தெளிவான எண்ணம் கொண்டிருந்தார். '... உள்நாட்டுத் தொழில்நுட்பம், வெளிநாட்டுக் கூட்டு முயற்சி ஆகியவற்றிற்கு உள்ள பங்களிப்புகள் பற்றி ஒரு உதாரணத்துடன் கூறுகிறேன்... ஒரு விமானம் மேலே ஏறும் வேளையில் தரப்படும் உந்து சக்தி போன்றதே வெளிநாட்டு உதவி. இதன் மூலம் விமானம் மேலேறிவிடும். ஆனால் அந்த உந்து விசையில் விமானம் தொடர்ந்து பறக்கவியலாது.

தொடர்ந்து தானாகப் பறப்பதற்கு அது தனது இயந்திரத்தைப் பயன்படுத்த வேண்டும். இந்தியத் தொழிற்சாலைகள் உந்து விசை பெற்றுத் தொடர்ந்து செல்வதற்கு இந்திய அறிவியலும் தொழில்நுட்பமும் உதவிட வேண்டும்' என்று பாபா ஒருமுறை விளக்கிக் கூறினார். (Remembering Dr. HOMI Bhabha, the Physicist)

அணுத் தொழில் நுட்பத்தில் அமெரிக்கா பெருமளவு அனுபவம் பெற்று முன்னேறியிருந்தாலும் உலகில் வேறு சில நாடுகளும் இத்தகுதியைப் பெற முயன்றுகொண்டிருந்தன. சோவியத் யூனியன் 1949இல் தனது அணு ஆயுதச் சோதனையை மேற்கொண்டிருந்தது. இங்கிலாந்து 1952இல் ஹைட்ரஜன் குண்டு வெடித்துச் சோதனை மேற்கொண்டது. இத்தகைய வளர்ச்சிகளைக் கண்ட அமெரிக்க தலைவர் ஐசன்ஹோவர் ஐக்கிய நாடுகள் பொதுசபையில் டிசம்பர் 1953 அன்று 'அணு ஆற்றல் அமைதிப் பயன்பாட்டிற்கே' *(Atoms for Peace)* எனும் கொள்கையை வெளியிட்டார். பிற நாடுகளுக்கும் புதிய தொழில்நுட்பத்தால் மின் ஆற்றல் உற்பத்தியும் அமைதி வழிப் பயன்படுத்துதலும் மேற்கொள்வதற்கு உதவத் தயார் என அமெரிக்கா அறிவித்தது. இக்கொள்கையின்படி இத்தொழில் நுட்பத்தைத் தவறுதலாக அணு ஆயுதங்கள் தயாரிக்கப் பயன்படுத்தப்படாமல் இருப்பதைக் கண்காணிப்பதில் கவனம் செலுத்தப்படும் என்றும் அறிவிக்கப்பட்டது. இரண்டாம் உலகப் போர் முடிவுற்ற ஒரு சில ஆண்டுகளில் உலகெங்கும் இரகசியச் சூழ்நிலைகளும் அணு ஆயுதப் போர் பற்றிய அச்ச உணர்வுகளும் தோன்றத் தொடங்கின. 'அமைதிக்கான அணுசக்தி' எனும் அமெரிக்கக் கொள்கைத் திட்டத்தினை மாற்றியமைக்க நேரிட்டது. பிற நாடுகளும் சில கட்டுப்பாடுகளாலும் தடைகளாலும் ஒத்துழைக்க வேண்டும் எனும் நிலை தோன்றிற்று. அப்போது ஒரு தீர்மானத்தை ஐக்கிய நாடுகள் சபைக் கூட்டத்தில் அமெரிக்கா முன்மொழிந்தது. அத்தீர்மானம் டிசம்பர் 1954இல் முழுமனதுடன் ஏற்றுக்கொள்ளப்பட்டது. முதல் செயல்பாடாக ஒரு பன்னாட்டு அணுசக்தி அமைப்பை *(International Atomic Energy Agency)* அமைக்க முடிவானது. மேலும் ஒரு அறிவியல் ஆலோசனைக் குழுவும் *(Scientific Advisory Committee – SAC)* அமைக்கப்பட்டது. அமெரிக்கா, சோவியத் ரஷ்யா, இங்கிலாந்து, பிரான்ஸ், கனடா, இந்தியா, பிரேசில் என 7 நாடுகளின் முகவர்கள் இக்குழுவில் அமைந்தனர்.

இந்தியாவின் சார்பில் பாபா அக்குழுவில் பங்கேற்றார். டிசம்பர் 1954இல் தனது கிறிஸ்துமஸ் விடுமுறைக்கென பாபா பம்பாயிலிருந்து பெங்களூர் வந்திருந்தார். பெங்களூர்

விமானதளத்தில் இறங்கியவுடன் நேரு இந்தியாவின் சார்பில் பாபா SACயில் கலந்துகொள்ள வேண்டும் என்பதைத் தொலைபேசி வாயிலாகத் தெரிவித்தார். ஜனவரி 1955இல் SACயின் முதல் கூட்டத்தில் கலந்துகொள்வதற்காக பாபா நியூயார்க் சென்றார்.

அணுக்கருத் தொழில்நுட்பத்தைப் பகிர்ந்துகொள்வதற்காக ஜெனீவாவில் ஒரு பன்னாட்டு மாநாடு ஆகஸ்ட் 1955இல் நடைபெற்றது. அதுபற்றிய அறிக்கையில் பாபா இவ்வாறு குறிப்பிட்டார்: '... 73 நாடுகளிலிருந்து 1428 பங்கேற்பாளர்களும் 1334 பார்வையாளர்களும் அக்கூட்டத்தில் கலந்துகொண்டார்கள். ஏறக்குறை 900 செய்தியாளர்கள் வந்திருந்தனர்' (Dr Homi Jahangir Bhabha and Jawaharlal Nehru, the architects of Atomic Energy Pogramme in India) அம்மாநாட்டிற்குப் பலரின் விருப்பப்படி பாபா தலைமைப் பொறுப்பேற்றார். (இதுவே முதல் ஜெனீவா மாநாடு எனப்பட்டது). இந்தியா கடந்த பத்து ஆண்டுகளுக்குள்ளாகவே சுதந்திரம் பெற்றிருந்தது. இன்னும் அணுத் தொழில்நுட்பத்தில் இந்தியா திறமை பெறவில்லை. இருப்பினும் பாபாவிற்கு இப்பொறுப்பு கிடைத்தது பெருமையானது. அமெரிக்காவும் சோவியத் ரஷ்யாவும் அவ்வேளையில் ஆற்றல் மிகுந்த நாடுகள். எனினும் பாபா தலைவராக ஒரு மனதாகத் தேர்ந்தெடுககப் பட்டார்.

பாபா தனது தலைமை உரையில் மிகக் கவனமான வார்த்தைகளைப் பயன்படுத்தி, இந்த மாநாடு ஐக்கிய நாடுகள் சபையால் ஏற்பாடு செய்யப்பட்டாலும் இதன் உரையாடல்கள் அதிகாரத்தன்மையுடனோ அல்லது உறவு கொண்டாடும் வகையிலோ அமைந்திருக்காது என்பதைத் தெளிவுபடுத்தி னார். 'விஞ்ஞானிகளாகிய நமது முதல் கடமை உண்மையை நிலைநாட்டுவதாகும். அணு ஆற்றல் விஷயத்தில் மானுடத் திற்காக எந்த ஒரு நாட்டுடனும் இணைந்து செயல்படுவோம். இச்செயல்பாடுகள் மனிதாபிமான அடிப்படையில் நாட்டுப்பற்றினையும் கடந்த ஒன்றாகவே அமையட்டும்' என்று அவர் பேசினார். வளர்ந்த நாடுகள் தத்தமது கொள்கைகளை மாற்றிக்கொண்டுள்ளன என்பதே இத்தகைய மாநாடு நடைபெறுவதற்குக் காரணமாக இருந்தது என்பதைக் கூறி அவர்களது தாராளமான மனப்பான்மையை அங்கீகரித்துப் பாராட்டினார். மேலும் அவர், '... ஒருவருக்குக் கொடுக்கப்பட்ட அறிவைத் திரும்பப் பெற்றுக்கொள்ள இயலாது. இத்தகைய மாநாடுகளை ஏற்பாடு செய்திருப்பதன் மூலம் உலக நாடுகள் மீண்டும் பின்னோக்கிச் செல்லவியலாத வகையில் முன்னோக்கி அடியெடுத்து வைத்துள்ளன' என்றார்.

மனித வரலாறு முழுவதுமே மானுடமானது தொடர்ந்து ஆற்றலைத் தேடுதலில் ஈடுபட்டுவந்துள்ளதை பாபா சுட்டிக்காட்டினார். 'அணுக்கரு இணைவு ஆற்றல்' (*Atomic Fusion Energy*) அன்றைய உரையாடல்களின் தலைப்பாக இல்லை. எனினும் எதிர்காலத்தில் அதன் முக்கியத்துவம் பற்றிய முன் கணிப்பினை பாபா துணிச்சலாக அறிவித்தார். 'அணுக்கரு இணைவு' தொழில்நுட்பத்தில் இரு அணுக்கருக்களின் இணைவால் ஆற்றல் வெளிப்படும். ஹைட்ரஜன் வெடிகுண்டு தொழில்நுட்பத்தில் இதுவே அடிப்படை. ஆனால், ஆற்றல் உற்பத்திக்கு இதனைக் கட்டுப்பாடுகளுடன் செயல்படுத்தும் வழிமுறைகள் தேவை. அணு ஆற்றல் தொழில்நுட்பம் பற்றிய வற்றில் அணுப்பிளத்தல் ஆய்வுகளைக் காட்டிலும் ஒரு கமுக்க நிலை அமைந்துள்ளது. இது பற்றி அவர்: *'நாம் நுழையவிருக்கும் வரலாற்றுக் காலத்தில் அணுப்பிளத்தலால் கிடைக்கும் ஆற்றலைப் பயன்படுத்தி உலகின் தேவைக்கான மின் ஆற்றலை உற்பத்தி செய்யவிருக்கிறோம். பின்னொரு நாளில் இம்முறை யானது அணு ஆற்றல் காலத்தின் பழமைக்காலம் என்றாகி விடும். அணுக்கருக்களை இணைப்பதன் மூலமாகவும் ஆற்றல் பெறலாம் என்பதை நாம் நன்கறிவோம். இவ்வகையிலேயே ஹைட்ரஜன் வெடிகுண்டு தயாரிக்கப்பட்டிருக்கிறது. இந்த ஆற்றலை அணுக்கரு இணைப்பின் மூலமாகக் கட்டுப்படுத்த லுடன் நாம் பயன்பெறும் வகையில் பெறவியலாது என்று தெரிவிக்கும் அறிவியல் அடிப்படையிலான அறிவார்ந்த காரணம் எதுவும் நம்மிடம் இல்லை. இவ்வகை ஆற்றல் உற்பத்திக்கான தொழில்நுட்பம் பற்றிய பிரச்சினையோ மிகப் பெரிது. ஃபெர்மி (Fermi) அணு உலையிலிருந்து முதன் முறையாக அணுசக்தியை வெளிப்படச் செய்து 15 ஆண்டுகள்கூட முற்றுப்பெறவில்லை. பாதுகாப்பான கட்டுப்பாடுடன் கூடிய கட்டமைப்பில் அணுக்கருக்களை இணைப்பதன் மூலமாகவும் அடுத்த இரண்டு தசாப்தங்களில் ஆற்றலைப் பெறுவோம் என்பதைத் துணிவுடன் முன்னுணர்ந்து கூறுகிறேன். அது நிகழும்போது உலகின் ஆற்றல் சார்ந்த பிரச்சினைகள் ஓரளவு நீங்கிவிடும். இம்முறைக்கான எதிர்ப்பொருள் கடலில் உள்ள மிகு எடை ஹைட்ரஜன் அளவிற்குத் தாராளமாக உண்டு.' (Homi Jahangir Bhabha).*

பாபா கூறிய அந்த நல்வாய்ப்பு இன்னும் கிட்டவில்லை. அணுக்கருக்கள் இணைப்பு தொடர்பாகப் பல ஆய்வுகள் இன்றும் நடந்துகொண்டிருக்கின்றன. சோதனைகளின் எண்ணிக்கையும் நிதித் தேவையும் ஆண்டுதோறும் அதிகரித்துக்கொண்டே இருக்கின்றன. இக்கண்டுபிடிப்பு ஒரு கனவாகவே உள்ளது. அணுக்கரு இணைவு தொடர்பாக ஆய்வுகள் மேற்கொண்டிருக்கும்

நாடுகளுக்கு பாபாவின் உரை அதிர்ச்சியளிப்பதாக அமைந்தது. ஏனெனில் ஒருவரும் பொதுவெளியில் இதனை விவாதிக்க விரும்பவில்லை. பாட்ரிக் பிளாக்கெட், திடீரென இதுபற்றித் திறந்த மனதுடன் பேசியதை 'Operation tin - Opener' என்று குறிப்பிட்டார். அக்கூட்டத்தின் பிறகு அமெரிக்காவும் இங்கிலாந்தும் தாங்கள் ஏற்கெனவே அணுக்கரு இணைவுத்திட்டத்தில் ஈடுபட்டுள்ளோம் என தெரிவித்தனர். ஆனால் இவ்வழியே ஆற்றல் பெறுவதற்குப் பல ஆண்டுகளாகும் எனவும் கூறினர். இவ்விதம் கூறுவதற்குப் பல காரணங்களுண்டு. 'அணு பிளத்தல்' உலைகள் தொடர்பான வணிகச் செயல்பாடுகளில் ஈடுபடப் பல தொழில் நிறுவனங்கள் முதலீட்டு ஆர்வம் காட்டுகின்றன. ஏனெனில் அதனை லாபம் ஈட்டக்கூடிய தொழிலாக அவர்கள் கருதுகிறார்கள். அவர்களுக்கு அவ்வேளையில் தேவைப்படுவது 'அணுப்பிளத்தல்' தொழில் நுட்பமானது அண்மைக் காலத்திற்குள் பழமையாகி ஒழிந்து விடாது எனும் உத்திரவாதம் மட்டுமே. பாபாவின் எண்ணங் களுக்கு காக்கிராஃப்ட் எதிர்வினையாற்றினார். '... நாங்கள் பிரிட்டனில் 'அணு இணைப்பு' வழி ஆற்றல் உருவாக்கத் திற்கான வழிமுறையை அறியக் கடுமையாக உழைக்கிறோம். இருப்பினும் இது பற்றிய நம்பிக்கை எனக்கு அதிகம் இல்லை. நான் நமது தலைவர் டாக்டர் பாபாவைப் போன்று அவ்வளவு திடநம்பிக்கை கொண்டவன் இல்லை. கோட்பாட்டு இயற்பியலாளர்களைக் காட்டிலும் செயல்முறை இயற்பியலாளர்கள் பிரச்சினைகளையும் தொல்லைகளையும் நன்கு உணர்ந்தவர்கள் எனக் கருதுகிறேன். நான் இவ்விதம் கூறுவதை பாபா பொருட்படுத்த மாட்டார் எனவும் கருதுகிறேன் என்றார்.' 'பிரித்தானிய அறிவியல் பணியாளர் சங்கம்' (British Association of Scientific Workers) ஓர் அறிக்கை வெளியிட்டது. அதில் 'மாநாட்டின் தலைவராகிய இந்திய விஞ்ஞானி எச்.ஜே. பாபா முன்மொழிந்து கூறியதாலேயே அதிகாரப்பூர்வமற்ற வகையில் இப்பொருள் பற்றி இங்கு பேசப்படுகிறது. தலைமைப் பொறுப்பில் சாதாரணமான வேறு ஒருவரும் இருந்திருந்தால் உலகை அறியாமையில் நிலைநிறுத்தி மாநாட்டை நடத்தி முடித்திருப்பார்கள். ஹைட்ரஜன் வெடிகுண்டின் வீரியத்தை மட்டுப்படுத்தியும் செயல்படுத்தலாம் என்ற அளவிற்கு அறியாமை அமைந்திருந்திருக்கும் எனக் குறிப்பிட்டது.'

அந்த மாநாட்டில் சிலரிடையே, பொருளாதாரத்தில் பின்தங்கியுள்ள இந்தியா போன்ற நாடுகளுக்கு அணு ஆற்றல் தொழில்நுட்பம் தேவையற்றது என்னும் எண்ணமிருந்தது. முதலில் அவர்கள் தங்களது தேசத்தைக் கட்டமைக்க வேண்டும். வளர்ந்த நாடுகளுக்கு இணையாக மாறியபின் அவர்கள் பணம் செலவிடும் இத்தகைய தொழில்நுட்பங்களில் ஈடுபடலாம்,

என்றெல்லாம்கூடக் கருத்துகள் உருவாகின. பாபா வேறுவிதமாகச் சிந்தித்தார். இந்தியாவைப் போன்ற மக்கள்தொகை அதிகம் கொண்ட நாட்டிற்கு ஆற்றல் தேவை மிக அதிகம். அதனைப் புதைபடிவ எரிபொருளால் மட்டுமே தீர்த்துவிட இயலாது. புதைபடிவ எரிபொருளைக்கொண்டு செல்லும் போக்குவரத்து செலவே மிகுதியாகும். 1000 கிலோமீட்டர் தூரத்திற்கு எரிபொருளை எடுத்துச் செல்லும் அனல் சக்தி நிலையத்தைக் காட்டிலும் அணு ஆற்றல் உலை மலிவானதாகிவிடும். அணு உலைகள் அமைப்பது தொடர்பாக பாபா தெரிவித்த சில விவாதங்களே இவை.

ஜெனீவா மாநாட்டு நிகழ்வுகளை இந்திய ஊடகங்கள் மிகவும் பெருமையுடன் நோக்கின. மாநாடு நடைபெற்ற வேளையில் 'சங்கர்ஸ் விக்லீ இதழ் (Shankar's Weekly – இது இங்கிலாந்தின் Punch போன்ற வார இதழ்) பாபாவை அந்த வாரத்தின் மனிதராகத் (Man of the Week) தேர்ந்தெடுத்து எழுதியது. 'இராமன் விளைவு' ஏற்கெனவே இயற்பியல் பாடமாகிவிட்டது. அதற்கு இனி எந்தப் புகழுரையும் வேண்டியதில்லை. அடுத்து 'பாபா விளைவு' வரவிருக்கிறது. 'அமைதி வழிக்கான அணு' எனும் தலைப்பானது அந்த மாநாட்டில் பாபாவின் பங்களிப்புகளால் 'பாபா விளைவு' ஏற்படுகையில் அது 'மனித வாழ்வில் முன்னேற்றம்' எனும் பொருள் கொள்ளவிருக்கிறது என அந்த இதழ் எழுதியது. (A Masterfsul Spirit)

இந்தியாவிற்குத் திரும்பிய பாபா டிராம்பேயின் செயல்பாடுகளில் ஈடுபடத் தொடங்கினார். APSARA எனும் இந்தியாவின் முதல் அணு உலையைக் கட்டுவிக்கும் பணி தொடங்கியது. அது ஒரு 'நீச்சல் குளம்' வகையிலான அணு உலை. அவ்வுலையானது சாதாரண நீரையும் யுரேனியத்தையும் பயன்படுத்தும். 1955இல் இங்கிலாந்திலிருந்து யுரேனியம் பெறும் ஒப்பந்தம் முடிவானது. யுரேனியம் தவிர அந்த உலையில் பயன்படுத்திய அனைத்தும் இந்தியப் பொருட்களே. உலையின் வடிவமைப்பும் இந்தியருடையதுதான். உலையின் செயலைத் தொடங்கும் கடைசி நேரம் ஒரே பரப்பரப்பான சூழ்நிலை. விஞ்ஞானிகளும் பொறியாளர்களும் இரவும் பகலுமாக இயங்கிக்கொண்டிருந்தார்கள். பாபாவும் 48 மணிநேரமாக அங்கிருந்தார். அணு உலை தனது செயல்பாட்டிற்கான உச்சநிலையை (Criticality) ஆகஸ்டு 1956இல் எட்டியது.

இந்தியாவின் முதல் அணுஉலை நமது அறிவியல்–தொழில்நுட்ப வளர்ச்சியின் வரலாற்றில் ஒரு மைல்கல். பல தொடர்புடைய துறைகளின் வளர்ச்சிக்கு உதவிய வகைகளிலும் இது முக்கியமானதுதான். கதிரியக்க வேதியியல், உயிரியல்

தொடர்பான ஆய்வுகள், விவசாயத் துறை ஆராய்ச்சிகளுக் கான கதிரியக்க ஓரகத் தனிமங்கள் (*radioisotopes*) உற்பத்தி போன்றவற்றை இதற்கு உதாரணமாகக் கூறலாம். கிரீஸ்டீன் குறிப்பிட்டபடி '... பல ஐரோப்பிய நாடுகள் தங்களுக்கான அணு உலைகளை அமெரிக்காவிடமிருந்து வாங்குகையில் இந்தியா தனக்கானதைத் தானே கட்டுவித்துக்கொண்டது. *(A Gentleman of the Old School)*

1957, ஜனவரியில் நேரு முதல் அணு உலையை இந்திய நாட்டிற்கு அர்ப்பணித்து அதற்கு APSARA எனும் பெயர் சூட்டினார். அந்நிகழ்ச்சியில் உரை நிகழ்த்துகையில் அன்று எலிஃபன்டா குகை அமைக்கப்பட்டதன் தொலைநோக்குப் பார்வையையும் இன்று டிராம்பேயில் அமைந்துள்ள புதிய அமைப்பின் சிறப்பினையும் சுருக்கமாக ஒருங்கிணைத்துப் பேசினார்: 'நீச்சல் குள' அணு உலை எனக்குப் பின்புறமாகவும் நான் உங்களின் முன்புறமாகவும் நிற்கையில் என் முன்னே அண்மைத் தோற்றமாக 'எலிஃபண்டா தீவு' தென்படுகிறது. அத்தீவு 1300 ஆண்டுகளுக்கு முன்பு நிகழ்ந்த நிகழ்ச்சியின் சான்றாக விளங்குகிறது. அது இன்றைக்கும் உள்ளது. இன்று இவ்விழாவிற்கு வருகைபுரிந்துள்ள மதிப்புமிகு விஞ்ஞானிகள் உட்பட மக்கள் பலரும் அங்கு சென்று காண்கிறார்கள். ஏனெனில், எலிஃபண்டா குகைகள் என்றென்றும் அழியாத மதிப்பும் முக்கியத்துவம் கொண்டவையாக அன்றைய காலத்தைப் பிரதிநிதித்துவப்படுத்தி அமைந்துள்ளன என்பதால்தான். இன்றைய 'நீச்சல் குள' அணு உலைக்கும் அன்றைய எலிஃபண்டா தீவுகளுக்கும் 1300 ஆண்டுகள் இடைவெளி உண்டு. இந்த அணுஉலை 20ஆம் நூற்றாண்டில் மையகாலத்தைப் பிரதிநிதித்துவப்படுத்துகிறது.' (Dr. Homi Jahangir Bhabha and Jawaharlal Nehru. The Architects of' Atomic Energy Programme in India)

அதே வேளையில் டிரம்பேயில் உள்ள *AEET* வளாகமும் திறந்து வைக்கப்பட்டது. பாபா, நமது வாழ்க்கையில் கட்டிடக் கலையின் முக்கியத்துவம் பற்றிய தனது எண்ணத்தை மறந்துவிட வில்லை. *AEET* வளாகக் கட்டிடங்களை அமைக்கையில் அவர் நேருவுக்கு எழுதிய கடிதத்தில் தனது பிரச்சினையை விவரித்து தான் இந்திய கட்டிடக் கலை நிறுவனத்தின் (*Indian Institute of Architecture*) உதவியுடன் பெற்ற கட்டிட அமைப்பினை மத்திய அரசின் நிதி அமைச்சகம் ஏற்றுக்கொள்ளவில்லை என்பதைத் தெரிவித்திருந்தார். மேலும், தான் மத்திய பொதுப்பணித் துறையி லிருந்து வழக்கமான அரசுக் கட்டிடம் போன்ற அமைப்பினைப் பெற விரும்பவில்லை என்றார். 1956இல் அவர் எழுதிய குறிப்பு ஒன்றில், 'இன்று இந்தியாவில் பொதுவாகப் பலரும் கட்டிட

வடிவமைப்பிற்குக் கலைவல்லுனரைப் பணியமர்த்தாமல் பொறியாளரை நாடுகிறார்கள். ஒரு காலத்தில் மிகச் சிறப்பாக போற்றப்படும் வகையில் இருந்த கட்டிட வடிவமைப்புகள் இன்று பலரையும் வியப்படையச் செய்யாமலும் கட்டிடக் கலை நூல்கள் எதிலும் இடம் பெறாமலும் இருப்பதற்குக் காரணம் அக்கலைஞர்கள் புறக்கணிக்கப்படுவதே. நேரு, பாபாவின் வேண்டுதலை ஏற்றுக்கொண்டு அடுத்த நாளே ஆணை வெளியிட்டார். டிராம்பேயின் 'கதிரியக்க – வேதியியல் ஆய்வுக்கூடம் ஒரு புகழ்பெற்ற அமெரிக்க நிறுவனத்தால் வடிவமைக்கப்பட்டது. அக்கட்டிடத்தின் அமைப்பு ஓரளவு முகலாயக் கட்டிடக் கலை சாயலைக் கொண்டிருந்தது. உதாரணமாகக் கட்டிடத்தின் உள் முற்றப்பகுதி நீரூற்றுகளுடன் கட்டிடத்தின் குளிர்சாதன அமைப்பினையும் குளிர்விக்க உதவிடும் வகையில் அமைக்கப்பட்டிருந்தது. டிராம்பேயில் தெற்குப் பகுதியை இத்தாலிய கட்டிடக் கலை வல்லுனர்கள் வடிவமைத்திருந்தனர்.

கட்டிடங்களின் அமைப்பை வடிவமைப்பதோடு, அவற்றைச் சுற்றியுள்ள தோட்டங்களின் அமைப்பை அழகுபட அமைப்பதிலும் பாபா உடனிருந்து பங்களித்தார். பம்பாயில் ரோஜாச் செடிகள் வளர்ப்பதில் முன்னோடியாகச் செயல் பட்டார் பாபா. AEETஇன் பூங்காக்கள், தோட்டங்களின் மேற்பார்வையாளராக இருந்த எஸ்.டி. வைத்யா கூறுகையில், 'பம்பாயில் ரோஜாச் செடிகளை வளர்ப்பது இயலாத செயல். ஆனால் பாபாவின் முயற்சியால் AEET, ரோஜா செடிகளை வளர்க்க முயற்சித்தது. அங்கிருந்த ரோஜாத் தோட்டத்தில் 750 வகையான செடிகள் வளர்க்கப்பட்டன' என்றார். (*Homi Jahangir Bhabha*). டிராம்பேயின் மலைகளில் வனங்களைத் தோற்றுவிப்பதற்கும் பாபா முயன்றார்.

கனடா நாட்டு அரசாங்கம் இந்தியாவில் NRX வகை ஆராய்ச்சி உலைகளை அமைக்க 1955ஆம் ஆண்டில் முன்வந்தது. (அதில் யுரேனியம் பயன்படுத்தி மிகு எடை நீரை வேக மட்டுப்படுத்தியாகப் பயன்படுத்தவிருந்தனர்). அந்த உலையில் குறிப்பாக, சாதா நீர் உலைகளைக் காட்டிலும் புளூட்டோனியம் அதிகமாக உண்டாகும். எனவே பாபா அதில் ஆர்வம் காட்டினார். உலையின் அத்திறனானது இரண்டாம் நிலைப் பயன்பாட்டில் உதவியாக அமையும். அவ்வுலைக்குத் தேவையான மிகு எடை நீரை அமெரிக்கா அளிப்பதாக இருந்தது. 'கொலம்போ திட்ட'த்தின் அடிப்படையில் அணு உலைக்கான செலவுகளை இந்தியாவும் கனடாவும் பங்கிட்டுக்கொள்வதாக முடிவாயிற்று. (இத்தகைய ஒப்பந்தம் கனடாவும் இந்தியாவும்

காமன் வெல்த் நாடுகள் என்றபோதிலும் ஏற்பட்டது.) தொடக்கத்தில் செலவுகளைப் பகிர்ந்துகொள்வது பற்றிப் பேசப்படவில்லை. செலவுகளைப் பகிர்வதால் இரு நாடுகளுக்கிடையே (இந்திய ACEக்கும் கனடாவின் அணு இயக்ககத்திற்கும்) வெளிவிவகாரத் துறை அல்லது நிதித் துறை அமைச்சகங்களின் தலையீடு இல்லாமல் கோப்புகள் நகரும் என பாபா கருதினார்.

கனடாவின் ஆரம்பப் பங்களிப்பு பற்றிய செய்தி ஜெனீவா மாநாடு முடிவடைந்தவுடன், பாபா ஜெனீவாவில் உள்ளபோதே கிடைத்தது. 1955ஆம் ஆண்டு ஆகஸ்ட் 29ஆம் நாள் நேருவிற்கு இத்தகவலைத் தெரிவித்த பாபா சம்மதம் தெரிவிக்குமாறு வேண்டினார். நேருவும் மூன்று நாட்களில் சம்மதம் தெரிவித்தார்.

1956ஆம் ஆண்டு CIRUS கனடா – 'இந்தியா அணு உலைப் பயன்பாட்டுச் செயல் திட்டம்' (Canada India Utility Services), APSARAவை அடுத்து தொடங்கியது. பாபா, அணு உலைக்கான எரிபொருளைத் தான் ஏற்கெனவே உலோக யுரேனியம் தயாரித்த அனுபவத்தில், இந்தியாவில் உற்பத்தியானவற்றையே பயன்படுத்த வேண்டும் என விரும்பினார். கனடா நாட்டுப் பொறியாளர்கள் இதுபற்றி சந்தேகங்கள் கிளப்பினார்கள். அதற்கு பாபா, 'நாங்கள் இரண்டு இந்தியத் தனிமங்களை அனுப்புகிறோம். அவற்றை சாக் நதியில் உள்ள NRX அணுஉலையில் ஒரு ஆண்டு பயன்படுத்திப் பாருங்கள்' என்றார். கனடா நாட்டுப் பொறியாளர்களின் அங்கீகரிப்பை அவை பெற்றன. இச்செய்திகள் அனைத்தையும் நேருவிடம் பாபா தெரிவித்துக்கொண்டிருந்தார். 1959 ஜூனில் பாபா எழுதிய குறிப்பு ஒன்றில், 'எரிபொருள் தனிமத்திற்கான கட்டிட வசதிகள் முழுமையடையவில்லை, முழு அளவில் மின்சார வசதி அமைக்கப்படவில்லை. எனினும் அறிவியல் தொழில் நுட்பப் பணியாளர்கள் மிகுந்த உற்சாகத்துடன் முனைப்பாக செயல்பட்டுக்கொண்டிருந்தார்கள். கடைசி நாளில் மிகவும் சிக்கலான 'உருளை' வேலைகள் மாலை 4 மணிக்குத் தொடங்கின. பணியாளர்கள் இரவு முழுவதும் பணியாற்றியதால் அடுத்த நாள் காலை 11 மணிக்குத் தனிமக் கட்டிகள் வெளியில் வரத் தொடங்கின. உரிய எரிபொருள் தனிமம் நமக்குக் கிடைப்பது பற்றி எனக்குச் சந்தேகமில்லை. உலகில் 5 நாடுகளே தங்களுக்குத் தேவையான எரிபொருள் தனிமத்தைத் தயாரிக்கின்றன' என்று எழுதினார். (Dr. Homi Jahangir Bhabha and Jawaharlal Nehru. The architects of Atomic Energy Programme in India)

CIRUS உலை 1959ஆம் ஆண்டின் மையக் காலத்தில் செயல்படத் தொடங்கியது. அத்தகைய உலைகளை அமைப்பதால் இந்திய விஞ்ஞானிகளும் பொறியாளர்களும் சிறந்த அனுபவம்

பெற்றுக்கொள்கிறார்கள் என பாபா கருதினார். இத்தகைய அனுபவங்கள் போதாது. அவர்கள் இதற்கான சிறப்புப் பயிற்சிகளையும் பெற வேண்டும் என பாபா கருதினார். புதிதாக வேலையில் சேர்ந்தவர்களைப் பயிற்சிப் பள்ளிக்கு அனுப்பத் தீர்மானித்தார். அங்கு அவர்கள் ஓராண்டு தீவிர பயிற்சி பெற்றபின் AEETஇல் அவர்களுக்கு ஒதுக்கப்பட்ட இடங்களுக்கு அனுப்ப முடிவு செய்தார். அது பற்றி அவர் கூறுகையில், *'அணு ஆற்றலால் மின் சக்தியை வெற்றிகரமாக அடுத்த 20 ஆண்டுகள் உற்பத்தி செய்யும் வேளையில், நாம் வெளிநாட்டிலிருந்து துறை வல்லுனர்களைத் தேடிவரச் செய்ய வேண்டிய அவசியம் இருக்காது. வல்லுனர்களாக நம்மவர்களே இருப்பார்கள்' என்றார். (Homi Jahangir Bhabha)* 1957இல் பயிற்சிப்பள்ளி தொடங்கியது. ஏற்கெனவே TIFRஇல் சேர்ந்திருந்த ராஜா ராமண்ணா அப்பள்ளியின் பாடத்திட்டம் போன்ற அனைத்தையும் மேற்பார்வையிடும் குழுவில் தலைவராக நியமனம் பெற்றார். இப்பள்ளியிலிருந்து முதலில் வெளிவந்தவர் அனில் ககோட்கர் இவர் பிறகு BARCயின் (Bhabha Atomic Research Centre) இயக்குனர் ஆனார். (AEET பாபா 1966இல் மறைந்த பிறகு Bhabha Atomic Research Centre என்றானது.) இவ்வகையில் பாபாவின் கனவு நனவானது.

இப்பள்ளியில் மாணவர்கள் திறமையின் அடிப்படையில் மட்டுமே தேர்ந்தெடுக்கப்பட்டனர். ஒவ்வொரு ஆண்டும் 200 மாணவர்கள் பள்ளியில் சேர்ந்தனர். இந்தியாவின் தொலை தூரப் பகுதிகளிலிருந்து சிறந்த மாணவர்கள் வந்தார்கள். இவ்வகையில் இந்தப் பள்ளி பிற நிறுவனங்களுக்கு முன்மாதிரியாக விளங்கியது. இப்பள்ளியில் படித்து தேர்ச்சி பெற்ற மாணவர்களுக்கு AEETஇல் வேலை கிடைத்தது. அவர்களுக்கு ஐ.ஏ.எஸ். பதவியில் உள்ளவர்களுக்கு இணையான ஊதியம் தரப்பட்டது. AEETயை ஒரு பல்கலைக்கழகமாக மாற்றிவிடலாமா என்று பாபா நினைத்தார். ஆனால் நிதிப் பற்றாக்குறையால் அது நிகழவில்லை.

பாபா, மாணவர்களுக்குக் கற்பித்தல், பயிற்றுவித்தல் போன்றவற்றில் மட்டுமே கவனம் செலுத்தவில்லை. அவர் மாணவர்களின் நடைமுறை வழக்கங்கள், அலுவலகப் பழக்கவழக்கங்கள், பழகுமுறை போன்ற நுண்பண்பாட்டுச் செயல்பாடுகளிலும் கவனம் செலுத்தினார். இதனால் அவர்கள் வெளிநாடுகளுக்குச் செல்லும்போது அங்குள்ளவர்களோடு பழகுவது எளிதாகும் என்று கருதினார். பன்னாட்டுத் தொழில்சார் மக்களோடு பேச்சுவார்த்தைகளில் நெளிவுசுளிவுகளைப் புரிந்து செயல்பட இயலும். இதனைக் கண்காணித்துப் பயிற்றுவிக்கும் பொறுப்பினை AEETயின் மேலை நாட்டு அதிகாரிகள் இருவரிடம் ஒப்படைத்தார். அவர்களில் ஒருவர்

கர்னல் ஆட்லி (*Col. Ottley*). இவர் பயிற்சிப் பள்ளியில் நிர்வாக அதிகாரி. மற்றொருவர் அல்லார்டைஸ் (*Allardice*). இவர் முன்னாள் ஐ.சி.எஸ். அதிகாரி. தற்போது *AEET*இன் கட்டுப்பாட்டு அதிகாரி. மணவர் விடுதியில் இரவு உணவருந்தும்போது ஒருவரும் முறையற்ற ஆடை அணிந்து அமரக் கூடாது. கால்சட்டையும் சட்டையும் அணிவது அவசியம். மாதத்தில் ஒரு முறை விடுதியைப் பார்வையிட பாபா வரும்போது மாணவர்கள் கழுத்தில் 'டை' அணிந்திருத்தல் அவசியம்.

கனடா, இங்கிலாந்து நாடுகளின் ஒத்துழைப்புடன் அமைக்கப் பட்ட *APSARA, CIRUS* அணு உலைகளையடுத்து மூன்றாவது அணுஉலை ஒன்றையும் அமைக்க பாபா திட்டமிட்டார். அதனை முற்றிலும் இந்தியத் தயாரிப்பாகவே அமைக்க முயன்றார். அவ்வுலையானது ஆய்வுகளுக்கானதாக அமையவிருந்தது. அதில் பல எரிபொருட்களைப் பயன்படுத்தி சோதனை செய்வதாகத் திட்டம். 'பின்னலமைப்பு ஆய்வுச் சட்டக முறைக் கணக்கீடுகள்' (*Lattice Investigation*) எனும் வகையில் அனைத்து அளவுருக்களையும் கணக்கிட்டு ஆய்வு செய்யத் திட்டமிடப்பட்டது. *ZERLINA* எனும் அந்த உலை *1961*ஆம் ஆண்டு ஜனவரி மாதத்தில் செயல் பாட்டுக்கான உச்சநிலையை எட்டியது.

ஆய்வு உலைகளைத் தொடர்ந்து, மின் ஆற்றல் உற்பத்தி யிலும் பாபா கவனம் செலுத்த விரும்பினார். இதன் மூலம் அம்முறைகளின் பொருளாதார மேம்பாட்டு வாய்ப்புகளைச் செய்முறைகளால் அறிய விரும்பினார். இதற்கு உலக அளவில் ஒப்பந்தம் கோரப்பட்டது. அவ்வகையில் அமைந்த தாராப்பூர் உலையானது அமெரிக்காவின் 'ஜெனரல் எலக்ட்ரிக் (*GE*) நிறுவனத்திடம் தரப்பட்டது. இது ஒரு 'ஆயத்தத் தயாரிப்பு' ஒப்பந்த அடிப்படையிலானது. பொதுவாக வெளிநாட்டுட னான ஒப்பந்தங்களில் செயல்படும் உள்நாட்டினரைக் காட்டிலும் இதில் அதிக எண்ணிக்கையில் செயல்படும் இந்தியத் தொழில்நுட்பவியலாளர்களுக்கு வாய்ப்பு கிடைத்தது. இடம் தேர்ந்தெடுப்பு, விரிவான வரைபட விமர்சனப் பார்வை தயாரிப்பு, கட்டுமானம் ஆகிய அனைத்திலும் பாபாவின் குழுவினர் பங்களிப்புச் செய்தனர். கருவிகளின் பாதுகாப்பான செயல்பாடுகள் பற்றிய அம்சங்களில் பேச்சுவார்த்தைகள் சற்றுக் கடினமானவையாக விளங்கின. இந்த ஒப்பந்தத்தில் அமெரிக்கா விநியோகிக்கும் சிறப்புப் பொருட்கள், உலையில் தயாரான பொருட்கள் ஆகியவற்றிற்குப் பாதுகாப்பு அம்சங்கள் குறிப்பிடப்பட வேண்டும். பிற கருவிகளுக்கு ஒப்பந்தம் தேவையில்லை போன்ற அம்சங்கள் பேச்சுவார்த்தையில் சிரமமேற்படுத்தின. இறுதியில் ஒப்பந்தம் கையெழுத்தானது.

இந்நிகழ்ச்சியானது பாபா எனும் அறிவியலாளரின் இராஜதந்திரச் செயலுக்குக் கிடைத்த வெற்றி எனலாம்.

இப்பேச்சு வார்த்தைகளில் கலந்துகொண்ட அமெரிக்க அதிபர் கென்னடியின் தனி உதவியாளராகிய ஜோஸப் வீஸ்னர் (Joseph Wiesner) இவ்வாறு கூறினார்: 'நாங்கள் பேச்சுவார்த்தை களில் மாறுபட்ட கருத்துகள் கொள்வதுண்டு. ஆனால் அடிப்படை நோக்கம் அல்லது செயல்முறைக் கொள்கையை விளக்கும் முறைகள், அமைப்பு முறைகள் ஆகியவற்றில் நாங்கள் கருத்து வேறுபாடுகள் கொள்வதில்லை. தாராப்பூரில் இந்தியா அணு உலை அமைக்க அமெரிக்கா உதவி செய்யும்போது அந்த அணு உலையைச் செயல்படுத்துவதில் மேற்பார்வைக் கட்டுப்பாடுகள் பற்றி நீண்ட விவாதம் நிகழ்த்தினோம். IAEAயின் இயக்குநரான பாபா அதனை அமெரிக்காவின் சார்பில் நிர்வகிக்க வேண்டும் என்ற அமெரிக்க கருத்தில் நானும் ஆர்வமாக இருந்தேன். ஐரோப்பாவின் பல நாடுகளுடன் அமெரிக்கா கொண்டுள்ள ஒப்பந்தங்களைப் போன்று இந்தியாவும் இருதரப்பு ஒப்பந்தம் ஏற்படுத்துவதை பாபா ஆதரித்தார். இது தொடர்பாகப் பல மாதங்களாக நாங்கள் வாஷிங்டன், ஜெனீவா, டெல்லி, பம்பாய் போன்ற இடங்களில் விவாதித்திருக்கிறோம். அணு ஆற்றல் உற்பத்தியில் இந்த அளவிற்கு ஈடுபாடு கொண்ட இந்தியா ஏன் இத்தகைய சூழலில் தலைமைப் பொறுப்பை ஏற்றுக்கொள்வதில்லை என்பது தெரியவில்லை. பன்னாட்டு அணுப்பொருட்களின் கட்டுப்பாட்டில் ஈடுபாடு கொண்ட இந்தியாவில் ஹோமி பாபா இரண்டாம் நிலையினைக் கூட ஏற்றுக்கொள்ளத் தயாராக இல்லை. மேலும் அவர் கூறுகையில், நேருவின் கனவுகள், அச்சங்கள், ஆர்வங்கள், கருத்துகள் ஆகியவற்றுடன் பாபா உடன்பட்டிருந்தார். பாபா ஏற்றுக்கொண்டிருந்தவற்றில் நடுநிலைமைக் கொள்கையும் ஒன்று. இதனை அமெரிக்கா புரிந்துகொள்ளவோ அல்லது ஏற்றுக்கொள்ளவோ இயலவில்லை. நடுநிலைமை என்பது அமெரிக்க எதிர்ப்பு எனக் கருதப்பட்டாலும் பாபா இந்திய சார்பாளராகவே விளங்கினார். (Pro Indian).'

தாராப்பூர் திட்டத்தில் இரண்டு 200 MW அணு உலைகள் உண்டு. அவை செறிவு பெற்ற யுரேனியத்தையும் இயல்பு நீரையும் பயன்படுத்தக்கூடியவை. அதே வேளையில் ராஜஸ்தானின் கோட்டாவில் ஒரு மிகு எடை நீர் அணு நிலையம் திட்டமிடப்பட்டது. அதில் 220 MW அணு உலைகள் அமையும். இவை கனடாவின் ஒத்துழைப்புடன் அமையவிருந்தன. இவையெல்லாம் போதாது என்று கருதிய பாபா, முற்றிலும் இந்தியர்களாலேயே அமைக்கப்பட்ட அணு உலை ஒன்று

தேவை எனக் கருதினார். அவ்வுலையே இந்தியர்களே பராமரிக்க வேண்டும் என்று எண்ணினார். நம் நாடு சுயசார்புடையதாக அமைய வேண்டும் என அவர் நினைத்தார். அதன்படி 3ஆவது அணுவுலையானது இரண்டு மிகு எடை நீர் அணு உலைகளாக தமிழகத்தின் கல்பாக்கத்தில் திட்டமிடப்பட்டது. பாபாவின் மறைவிற்குச் சில மாதங்களுக்கு முன் 1965இல் இந்த ஆலைக்கான வடிவமைப்பை உருவாக்கினார்.

அதேவேளையில் இந்த ஆலைகளுக்கு மிகு எடை நீர் அளிக்கும் வகையில் அதற்கான முதல் ஆலையைத் திட்டமிட்டார் பாபா. பொதுத்துறை நிறுவனமான 'இந்திய உரத் தயாரிப்பு நிறுவனத்தைத் *(Fertilizer Corporation of India)* தொடர்புகொண்டு அவர்களை இதற்கு இணங்கச் செய்தார். நங்கள் உர ஆலையில் *(Nangal Fertilizer Plant)* 'மிகு எடை நீர் தயாரிப்பு' அமைப்பு ஒன்றை நிறுவச்செய்தார். அவ்வமைப்பு 1962இல் நிறுவப்பட்டது. இன்று இந்தியாவில் 7 மிகு எடை நீர் ஆலைகள் உள்ளன. உலகின் பெரிய, இத்தகைய தயாரிப்பு நிலையங்களில் இந்தியாவும் ஒன்று.

டிராம்பேயில் அமைக்கப்பட்ட அணு உலை பாபா மேற்கொண்ட மற்றொரு பெருமுயற்சி. அவ்வுலையில் கதிரியக்கம் பெற்ற எரிபொருளிலிருந்து புளூட்டோனியத்தைப் பெறலாம். இந்த உலையை அப்போதைய பிரதமர் லால்பகதூர் சாஸ்திரி 1965 ஜனவரியில் திறந்துவைத்தார்.

இறுதி ஆண்டுகள்

பாபா அணு ஆற்றல் தயாரிப்பு வேலைகளில் ஈடுபட்டிருந்தபோது *TIFR* வளர்ந்துகொண்டே இருந்தது. பம்பாயின் படகுக் குழாம் *(Bombay Yacht Club)* வளாகத்தில் இதற்கு மேல் இடமில்லை எனும் அளவில் வளர்ச்சிகள் ஏற்பட்டுக் கொண்டிருந்தன. 1950இல் புதிய பெரிய இடத்தைத் தேடினார் பாபா. பம்பாய் தீவின் முனைப்பகுதி பாபாவின் கண்களில் பட்டது. அப்பகுதி இந்தியக் கப்பற்படையின் கட்டுப்பாட்டில் இருந்தது. அங்கு இரண்டாம் உலகப் போரின்போது போர் வீரர்கள் தங்குமிடங்கள் அமைக்கப்பட்டிருந்தன. அங்கு தங்களுக்கும் சிறிது இடம் வேண்டினார் பாபா. பாதுகாப்பு அமைச்சகம் மறுத்துவிட்டது. பாபா, நேருவிடம் சென்றார். நேருவிற்கு நெருங்கியவரான பாதுகாப்புத் துறை அமைச்சர் வி. கிருஷ்ண மேனன் ஒப்புக் கொள்வாரா என்பது சந்தேகமாயிருந்தது. ஆனால் பாபாவை ஆதரித்த நேருவின் முயற்சியால் சிறிது இடம் *TIFR*க்குக் கிடைத்தது. அவ்விடத்தைப் பயன்படுத்தக் கப்பற்படை பல கட்டுப்பாடுகளை விதித்தது.

பாபா, *TIFR*இன் புதிய கட்டிடங்களை வடிவமைக்க ஹைல்முத் பார்ட்ஷ் *(Helmuth Bartsch)* எனும் சிறந்த கட்டிடக் கலை வல்லுனரை அழைத்தார், அவர் பௌஹாஸ் *(Bauhaus)* பாணியில் கட்டிடங்களை வடிவமைக்கக்கூடியவர். *TIFR*

கட்டிடங்கள் இத்தகைய தாக்கத்தால் இன்று வடிவம் பெற்றுள்ளன. 1962இல் பாபாவைப் பற்றி எழுதிய பார்ட்ஷ், 'எல்லையில்லா ஆர்வமும் ஊக்குவிப்பும் கொண்ட பாபா, புத்திசாலித்தன மான யோசனைகளையும் தரக்கூடியவர். இவற்றின் பயனால் தேவைகளைப் பூர்த்தி செய்யும் இக்கட்டிடம் காண்பதற்கு மகிழ்ச்சியளிப்பதாகவும் அமைந்தது' என்றார். (A Masterful Sprit)

1954இல் நேரு இதற்கு அடிக்கல் நாட்டினார். கட்டி முடிக்க 8 ஆண்டுகள் ஆகின. 1962இல் இது திறந்துவைக்கப்பட்டது. உலக நாடுகளிலிருந்து பல விஞ்ஞானிகள் அழைக்கப்பட்டனர். 1957இல் நோபல் பரிசு பெற்ற டி.டி. லீயும் (T.D. Lee) அழைக்கப் பட்டிருந்தார்.

சில புதிய ஆய்வு மையங்களையும் பாபா தொடங்கினார். TIFR இன்று முதிர்ச்சியடைந்த நிறுவனமாகியுள்ளது. இங்கு தொடங்கப்பட்ட முதல் துறையானது மூலக்கூறு உயிரியல் துறையாகும். 1944இலிலேயே சர் ஏ.வி. ஹில்(A.V. Hill) உயிரியல் ஆய்வுகள் நடத்தப்பட வேண்டியதன் முக்கியத்துவத்தை பாபாவிடம் கூறியிருந்தார். இதுபற்றி பிறகு பாபா கூறுகையில் '...நான் இதனை அன்று நன்கு சிந்திக்கவில்லை. இத்துறையில் முதிர்ச்சி பெற்ற ஒருவர் கிடைத்தால் பிறகுத் துறையை வளர்த்துக் கொள்ளலாம்' எனக் கருதினேன்' என்றார். (Bhabha and his Magnificient Obsession) 1962இல் பாபா கேம்பிரிட்ஜ் சென்றிருந்த வேளையில் லியோ ஸிலார்டைச் (Leo Szilard) சந்தித்தார். அவர் புகழ்பெற்ற இயற்பியலாளர். மன்ஹாட்டன் திட்டத்தில் முக்கியப் பங்காற்றியவர். அவர் பாபாவிடம் பென்சில்வேனியா பல்கலைக் கழகத்திலிருந்த மூலக்கூறு உயிரியல் துறையைச் சார்ந்த ஒபயது சித்திக்கைப் பற்றி கூறினார். இது பற்றி பிறகு விவரித்த சித்திக் '. . . பாபாவிடம் சிலார்ட் என்ன சொன்னாரோ தெரியவில்லை. ஆனால் ஒரு வாரத்திற்குள் TIFRஇல் வந்து சேரும்படி ஒரு கடிதம் கிடைத்தது. TIFRஇல் 1961வரை உயிரியல் துறை கிடையாது. பாபா என்னிடம் முதலில் உங்களுக்குத் தேவையான கருவிகளை வாங்கிக்கொள்ளுங்கள் என்றார்' எனக் கூறினார். (Homi Jahangir Bhabha)

'விண்ணொலி வானியல்' என்னும் புதிய பிரிவு TIFRஇல் தொடங்கப்பட்டது. (Radio Astronomy) கார்ல் ஜான்ஸ்கி (Karl Jansky) தனது முன்னோடி ஆய்வுகளால் விண்ணொலி சமிக்ஞைகளை வானில் சூரியக் குடும்பத்திற்கு அப்பாலிருந்து பெற்றிருந்தாலும் விண்ணொலி வானியல் எனும் இத்துறை இரண்டாம் உலகப்போர் முடிவடையும்வரை காத்திருக்க வேண்டியதாயிற்று. 1950களில் பல முக்கியக் கண்டுபிடிப்புகள் அமெரிக்கா, இங்கிலாந்து,

ஆஸ்திரேலியா போன்ற நாடுகளில் மேற்கொள்ளப்பட்டன. 1952ஆம் ஆண்டு பன்னாட்டு விண்ணொலி அறிவியல் கழகத்தின் பொதுக்குழு *(General Assembly of the International Radio Scientific Union)* சிட்னியில் கூடியது. அக்கூட்டத்தில் தெரிவிக்கப்பட்ட கண்டுபிடிப்புகளால் ஈர்க்கப்பட்ட கே.ஆர். கிருஷ்ணன், புது தில்லியில் உள்ள தேசிய இயற்பியல் சோதனை நிலையத்தில் விண்ணொலி வானியலுக்கென ஒரு குழுவினை நியமிக்கலாம் எனக் கருதினார். ‘கொலம்போ திட்ட’த்தில் நிதியுதவி பெற்று இளம் மாணவராகிய கோவிந்த் ஸ்வரூப்பை சிட்னிக்கு அனுப்பினார். விண்ணில் தோன்றும் ஒலி சமிக்ஞைகளை விண் ஒலிக் கற்றைகளாகப் பெற்று அவற்றை விண்ணொலி வரைபடமாக்கும் முயற்சிகள் அங்கு நடைபெற்றன. ‘பாட்ஸ் ஹில்’ *(Potts Hill)* எனும் பகுதியிலுள்ள விண்ணொலி கூர்நோக்கு நிலையத்திற்கு *(Radio Astronomical Observatory)* 1955இல் பாபாவும் சென்றிருந்தார். அறிவியலில் அங்கு ஒரு புதிய துறை தோன்றுவதைக் கண்டு மலைத்துப்போனார். பிறகு கோவிந்த் ஸ்வரூப், டி.கே. மேனன், முகுல் குன்டு போன்ற மாணவர்கள் தங்களது பி.எச்.டி பட்டப் படிப்பிற்கென அமெரிக்கா சென்றனர். டி. கிருஷ்ணன் சிட்னி சென்றிருந்தார். அன்று டபிள்யு.என். கிறிஸ்டியான்சென் *(W.N. Christiansen)* என்பவர் ஒலி அலை தடுப்பில் அளவெடுப்பு *(Radio Interferometry)* ஆய்வுகளின் முன்னோடி. இவர் 1960இல் ஸ்வரூப்பிற்கு எழுதிய கடிதத்தில், *‘விண்ணொலி வானியலாளர்களாகிய இந்திய இளைஞர்கள் ஒன்றிணைந்து இந்திய அதிகாரவர்க்கத்துடன் போராட வேண்டும்’* என்றார். *(From Potts Hill (Australia) to Pune (India))*. நான்கு இந்திய இளைஞர்களும் 1961இல் பெர்க்லியில் நடைபெற்ற ‘பன்னாட்டு வானியல் கழகத்தின்’ கூட்டம் நடைபெறுகையில் சந்தித்துக்கொண்டனர். இந்தியாவிற்குத் திரும்பிச் சென்று அங்கு ஒரு விண்ணொலி வானியல் அமைப்பை ஏற்படுத்த வேண்டும் என அவர்கள் முடிவு செய்தார்கள். செப்டம்பர் 1961இல் தங்களது திட்டம் பற்றி இந்தியாவில் ஐந்து அறிவியல் நிறுவனங்களுக்குக் கடிதங்கள் எழுதினார்கள். ஹார்வர்டு பல்கலைக்கழகத்தின் புகழ்பெற்ற வானியலாளராகிய பார்ட் பாக் *(Bart Bok)* இவர்களைப் பரிந்துரை செய்து எழுதிய கடிதத்தில், *‘. . . இவர்கள் ஒரு குழுவாக இந்தியாவிற்குத் திரும்ப முடிவு செய்திருப்பது தனிச் சிறப்பானது. இவர்களின் முடிவை நாம் ஏற்றுக்கொள்ள வேண்டும். ஒரு நாட்டின் வரலாற்றில் இத்தகைய நிகழ்வுகள் அபூர்வமாகவே ஏற்படும். இது அறிவியலின் வளர்ச்சியால் ஏற்பட்டதாகும்’* என எழுதியிருந்தார். மிகவும் ஊக்கமூட்டும் வகையில் பாபாவின் பதிலுரை அமைந்திருந்தது. அவர்கள் அனைவருக்கும் அவர்

ஜனவரி 1962இல் தந்திச் செய்தி அனுப்பியிருந்தார். அதில் அவர், 'நாங்கள் விண்ணொலி வானியல் துறையைத் தொடங்க முடிவு செய்துள்ளோம். கடிதம் தொடர்கிறது' என்று குறிப்பிட்டிருந்தார். பிறகு அவர் ஸ்வரூப்பிற்கு எழுதிய கடிதத்தில், 'உங்கள் குழு எங்கள் எதிர்பார்ப்பை நிறைவேற்றினால் இச்செயல் நடைபெறும். இதனால் மிகப்பெரிய கருவிகளுடன் விண்ணொலி வானியல் துறை நாங்கள் எதிர்ப்பார்ப்பதைக் காட்டிலும் சிறப்பாக அமையும்' என எழுதினார்.

இதனையடுத்து நிகழ்ந்தவை அனைவரும் அறிந்தவை. ஸ்வரூப் 1963இல் TIFRஇல் இணைந்தார். அதே ஆண்டு அவர் 'நேச்சர்' அறிவியல் ஆய்விதழில் ஒரு கட்டுரையை வாசித்தார். சந்திரன் ஒரு விண்பொருளை மறைக்கையில் மேற்கொள்ளும் சோதனைகளால் பிரபஞ்சத்தைப் பற்றிய ஒரு முக்கியக் கோட்பாடு பற்றி ஆய்வு செய்யலாம் என்று உணர்த்தினார். அதற்கு மிகப்பெரிய தொலைநோக்கி தேவைப்பட்டது. அது தற்போது உள்ளவற்றைக் காட்டிலும் நான்கு மடங்குகள் பெரிதானதாக அமைந்திருக்க வேண்டும். '. . . சாய்வாக உள்ள ஒரு மலைப்பாதையில் பெரிய உருளை வடிவ விண்ணொலி நோக்கியை அமைப்பதால் இதனை நிறைவேற்றலாம். தென்னிந்திய மலைச்சரிவில் தொலைநோக்கியை அமைப்பதன் மூலம் அதன் அச்சானது பூமி அச்சுக்கு இணையாக அமையும்' என அவர் குறிப்பிட்டார். மலைப் பகுதியின் பக்கச் சரிவானது புவியின் அட்சரேகை அல்லது கிடைக்கோட்டிற்குச் சமமாக உள்ள இடத்தில் தொலைநோக்கியை அமைக்கலாம் என்றார். இதனை அந்த ஆண்டு ஆகஸ்டு மாதத்தில் பாபாவிடம் பேசினார். அதுபற்றி பாபா அவரிடம் விலாவாரியாகப் பல கேள்விகளை எழுப்பி விவரம் கேட்டறிந்தார். அதன்பின் இத்திட்டத்தில் ஆர்வம் காட்டத் தொடங்கினார். ஸ்வரூப், பாபாவிடம் தான் ஒரு விரிவான செயல் திட்ட அறிக்கை தயாரித்து அளிக்கலாமா என வினவினார். அதற்கு பாபா: 'இளைஞரே, திட்டம் பற்றிய அறிக்கைத் தயாரிக்கிறேன் என உங்களின் நேரத்தை வீண் செய்யாதீர்கள்; உங்களது முக்கியப் பிரச்சினை இப்போது உங்களுக்குரிய குழுவினை அமைப்பதுதான்; அதனைச் சமாளித்தப்பின் திட்டம் பற்றிய அறிக்கையைச் சமர்ப்பியுங்கள். பிறகு அதன் அமைப்பு, கட்டுமானம் போன்றவற்றைக் கவனியுங்கள்' என்று அறிவுரை கூறினார்.

பம்பாய்க்கு அருகிலுள்ள கல்யாண் பகுதியில் ஒரு சோதனைத் தளத்தை அமைத்தார்கள். 1965இல் உதகமண்டலத்தின் அருகில் ஒரு மலைப்பகுதியைத் தேர்ந்தெடுத்தார்கள். அந்த இடத்தை விரைந்து பெறுவதில் பாபா முனைப்பாக இருந்தார்.

நட்சத்திரங்களின் வாழ்நாள் பல பில்லியன் ஆண்டுகளாயிற்றே என்று எண்ணிய அன்றைய நீலகிரி ஆட்சியருக்கு இவர்களின் வேகம் கண்டு ஆச்சரியமாக இருந்தது. இறுதியில் பாபா அரசு அதிகாரிகளுடன் பேச்சுவார்த்தை நடத்தினார் (நேரு அப்போது மறைந்துவிட்டார்). 600 ஏக்கர் பரப்பளவிலான ஒரு இடம் TIFR சோதனைகளுக்கென்று ஒதுக்கப்பட்டது. இவ்விதமே உதகமண்டலத்தில் விண்ணொலி தொலைநோக்கி தோன்றிற்று. பிறகு விண்கதிர் ஆய்வுக் கருவிகளும் அங்கேயே நிறுவப்பட்டன. உதகை விண்ணொலி தொலைநோக்கி அமைக்கும் பணிகள் 1970இல் முடிவுற்று இன்றுவரை அக்கருவி செயல்பாட்டில் உள்ளது.

பாபா, இந்திய விண்வெளி ஆய்வுகளுக்கும் தனது பங்களிப்பைச் செய்திருக்கிறார். சோவியத் யூனியன் 1958இல் ஸ்புட்னிக் செயற்கைக் கோளைச் செலுத்தியவுடன் அமெரிக்காவும் பிற நாடுகளும் பரபரப்பாகச் செயல்படத் தொடங்கின. அணு ஆற்றல் துறையானது விண்வெளி ஆய்வுகளையும் கவனித்துக் கொள்ள அனுமதியளிக்குமாறு 1961இல் இந்திய அரசை பாபா வேண்டினார். இதற்கு உடனடியாக அரசு சம்மதம் தெரிவித்தது. 1963இல் விண்வெளி இயற்பியல் தொடர்பான முதல் கருத்தரங்கத்தை பாபா தொடக்கிவைத்தார். அவ்வேளையில் பேசிய பாபா, '... விண் ஆராய்ச்சித் திட்டத்தில் ஈடுபடுவதன் மூலம் வருங்காலத்தில் பல துறைகளின் பயனுள்ள முடிவுகளை விரைவில் அடைய முடியும். புதிய துறைகளின் வளர்ச்சியில் நாம் கவனம் செலுத்தவில்லையெனில் பல முன்னேறிய நாடுகளைக் காட்டிலும் மிகவும் பின்தங்கியவர்களாகி விடுவோம். நாம் இப்போது இவற்றைச் செய்யவில்லையெனில் பிறரிடம் செய்முறைகளைப் பெறுவதற்கு அதிகம் செலவிட வேண்டியிருக்கும்' என்று குறிப்பிட்டார். *(India's Journey towards Excellence in building Earth Observations cameras)*

இவை அனைத்தும் தீர்க்கதரிசன வார்த்தைகள். இந்தியா பிற நாடுகளுடன் போட்டியிடும் அளவிற்கு விண் ஆய்வுகளில் எட்டியுள்ள ஆற்றலைக் காண்பதற்கு அவர் இன்றில்லை. பாபாவின் மறைவிற்குப் பிறகு விண் ஆய்வின் ஒளி விளக்கை, சாராபாய் உயர்த்திப் பிடித்திருந்தார். ஆரம்பத்தில் இந்திய விண்வெளி ஆய்வு நிறுவனம் *(Indian Space Research Organisation - ISRO)* அணு ஆற்றல் துறையின் கீழ் இருந்தது. இதற்கெனத் தனியான அமைச்சகம் 1972இல் தொடங்கப்பட்டது.

அறிவியல் ஆய்வுகளுக்குக் கணினிப் பயன்பாடுகள் பற்றியும் பாபா முன்கணிப்பு செய்திருந்தார். இதுபற்றி அவர் மின்னணு ஆய்வுத் துறையில் தொழில்நுட்ப வளர்ச்சியின் தேவையை

நன்கு உணர்ந்திருந்தார். இன்றைய TIFR, AEETஇன் மின்னணுத் துறைகள் அதற்குச் சான்றுகளாக உள்ளன. அவரது ஊக்குவிப்பால் TIFR ஒரு பெரிய டிஜிட்டல் கணினியை TIFRAC எனும் பெயரில் உருவாக்குவதில் ஈடுபட்டது. இதுவே இந்தியாவில் முதன் முறையாக உருவாக்கப்பட்ட கணினி.

இதே வேளையில் பல நாடுகளிலும் பாபாவின் புகழ் பரவி வந்தது. 1959இல் அவர் 'அமெரிக்கக் கலை மற்றும் அறிவியல் கல்வி நிறுவன'த்தின் (American Acadamy of Arts and Sciences) மதிப்பு மிகு உறுப்பினரானார். 1963இல் 'அமெரிக்க தேசிய அறிவியல் அக்கடமி'யில் (American Academy of Sciences) வெளிநாட்டுப் பங்காளராகத் தேர்வு செய்யப்பட்டார். இது அமெரிக்காவிற்கு வெளியில் உள்ள ஒரு விஞ்ஞானிக்குக் கிடைத்த அபூர்வமான கௌரவம்.

1962இல் சீன-இந்தியப் போர் நடைபெற்றது. அவ்வேளை யில் பாபா பாதுகாப்பிற்கான மின்னணுச் சாதனங்களை உருவாக்க முன்வந்தார். இதற்கென ஒரு மின்னணு கருவிகள் குழுவினை அமைக்க வேண்டும் என அரசுக்குப் பரிந்துரை செய்தார். இதன் மூலம் '... நாட்டிற்குத் தேவையான மின்னணுப் பொருட்கள், சாதனங்கள் ஆகியவற்றின் தேவைகளை அறியவும் மின்னணுவியலினை வளரச்செய்யவும் இயலும். இவ்விதம் நமது நாடு குறைந்த காலத்திற்குள் சுய தேவைகளைப் பூர்த்தி செய்து கொள்வதும் குறைந்த செலவில் பொருளாதாரச் சிக்கல்கள் இல்லாமல் சாதித்துக்கொள்வதும் இயலும்' என்றார். (Homi Jahangir Bhabha). பாபாவின் தலைமையில் ஒரு குழு அமைக்கப்பட்டது. அக்குழு தனது முறையான அறிக்கையைச் சமர்ப்பிக்கும் முன்பாகவே பாபா காலமானார். அதன் பிறகு பின்னாளில் மின்னணுவியல் துறை (Department of Electronics - DOE) 1970இல் தோற்றுவிக்கப்பட்டது. இதன் தலைமை அலுவலகம் DAE, DOS போன்றில்லாமல் புதுதில்லியில் நிறுவப்பட்டது.

சீன-இந்திய போரைத் தொடர்ந்து நிலைமை மிகவும் சிக்கலடையத் தொடங்கிது. குறிப்பாக இந்நிலை 1964இல் சீனாவின் அணு ஆயுத வெடிப்புச் சோதனைக்குப் பின் ஏற்பட்டது. 1964, அக்டோபர் 24ஆம் தேதி அகில இந்திய வானொலியில் பொதுமக்களுக்கான தனது அறிவிப்பில், இந்திய அணு உலைகளில் சேமிக்கப்பட்ட புளூட்டோனியத்தைப் பயன்படுத்தித் தன்னால் 18 மாதங்களில் அணு ஆயுதத்தைத் தயாரிக்க இயலும் என பாபா அறிவிப்பு செய்தார். 1966இல் லண்டனில் நடைபெற்ற பாபாவின் நினைவுக் கூட்டத்தில் அவரது நீண்ட நாளைய நண்பர் ஜான் காக்ராஃப்ட் இவ்வாறு கூறினார்:

பின்னாட்களில் உலகில் அணு ஆயுதங்கள் தயாரிப்பு, இந்தியாவின் அணு ஆயுத வளர்ச்சித் திறன் பற்றியெல்லாம் எங்கு பேசினாலும் அதில் பாபாவின் பெயர் அடிபடத் தொடங்கியது. அவ்வேளையில் இந்திய அரசு தாங்கள் அணு ஆயுதங்களைத் தயாரிக்கப் போவதில்லை எனும் கொள்கை முடிவினை அறிவித்திருந்தது. ஹோமி பாபாவும், தான் இந்திய அரசின் கொள்கைகளைக் கடைப்பிடிப்பதாகவே தெரிவித்திருந்தார். இருப்பினும் நான் அவருடன் தனியே உரையாடுகையில் அவரது அக மன எண்ணம் ஓரளவிற்கு இரு மனப்பாங்குக் கொண்டதாகவே இருந்தது என்பதை அறிவேன். அமெரிக்க அரசுத் துறை அதிகாரிகளைச் சந்தித்த பாபா, அவர்களிடம் இந்தியா ஓர் ஆண்டில் 100 அணுகுண்டுகளைத் தயாரிக்கும் திறமைகொண்டது எனக் கூறியிருந்தார். சைனாவின் அணு ஆயுதச் சோதனையைத் தொடர்ந்து இந்தியா புளுட்டோனியம் அடிப்படையிலான அணு ஆயுதத் தயாரிப்பிற்குச் சென்றுவிட வேண்டும் எனும் எண்ணம் கொண்டிருந்தார்' (Sino – Indian Nuclear Rivalry: Glacially Declassified)

வருந்தத்தக்க நிகழ்வாக எதிர்பாராத நேரத்தில் பாபா மரணமடைந்தார். அவர் 1966, ஜனவரி 24 அன்று வியன்னாவில் ஒரு கூட்டத்தில் கலந்துகொள்வதற்காகச் சென்றுகொண் டிருந்தார். அப்போது அவர் பயணித்த ஏர் இந்தியாவின் ஃப்ளைட் 101 கஞ்சன் ஜங்கா எனும் போயிங் 707 விமானம் ஆல்ப்ஸ் மலையில் மான்ட் பிளான்க் எனும் ஃப்ரான்கோ-இத்தாலிய எல்லைப் பகுதியில் விபத்துக்குள்ளானது. அவ்விமானத்தில் பாபா உட்பட 117 பயணிகள் இருந்தனர். பயணிகள் அனைவரும் மடிந்து போயினர். அவர்கள் அடையாளம் அறிந்து உடல் பகுதிகளையும் மீட்க இயலவில்லை. விமானத்தின் கருப்புப் பெட்டியும் கிடைக்கவில்லை. விபத்து நிகழ்ந்த அடுத்த நாளே அப்போதைய காலநிலை காரணமாக மீட்பு வேலைகளும் நிறுத்தப்பட்டன. அதன் பிறகு நடந்த விசாரணையின் அறிக்கை யில் *'. . . மலை உச்சியில் மிகக் கடுமையான பனிப்பொழிவு காரணத்தால் ஏற்பட்ட வெண்மை மறைவு (White Out) நிலையாலும் ஜெனீவாவில் இருந்த போக்குவரத்துக் கட்டுப்பாடு அதிகாரிக்கும் விமான ஓட்டியாகிய ஜே.டி.டி. சோஸாவுக்கும் (J.T.D' Souza) இடையில் நிகழ்ந்த உரையாடலில் தெளிவின்மையாலும் விபத்து நிகழ்ந்தது'* எனத் தெரிவிக்கப்பட்டது. இந்தியா அணு ஆயுதம் தயாரிக்கவியலும் என அவர் தெரிவித்த காரணத்தால் ஏற்பட்ட சதித்திட்டத்தின்படி நாசவேலை காரணமாக இது நிகழ்ந்திருக்கலாம் என்றெல்லாம் பேசப்பட்டது. 2008இல் மலையேறுபவர்கள் சில உடைந்த பாகங்களைக் கண்டு

பிடித்தார்கள். ஆனால் சதித்திட்டத்திற்கான நேரடிச் சான்று எதுவும் கிடைக்கவில்லை.

விபத்து காரணமாக பாபா மறைந்தது, இந்தியாவிற்கு இரட்டைத் துயரமாக அமைந்தது. ஏற்கெனவே அதற்கு இரண்டு வாரங்களுக்கு முன்பு தாஷ்கண்டில் இந்தியா தன்னுடைய பிரதமர் லால் பகதூர் சாஸ்திரியை இழந்துவிட்டது. அதனைத் தொடர்ந்து. இந்திரா காந்தி பிரதமரானார். அணு ஆற்றல் துறை விக்ரம் சாராபாயின் கட்டுப்பாட்டின் கீழ் வந்தது.

பாபாவின் மரபுகள் இன்றைய இந்தியாவில் மிக அழுத்தமாகவே பதிந்துள்ளன. *TIFR* இன்று ஒரு முன்மாதிரி அறிவியல் நிறுவனமாக உள்ளது. *BARC* மூன்று – நிலை அணு ஆற்றல் உற்பத்தித் திட்டத்தை இந்தியாவில் செயல்படுத்தும் வகையில் தொடர்ந்து பணியாற்றுகிறது. ஒரு சிலர் பாபா மேற்கொண்ட திட்டங்கள் முறையானவைதானா என்றெல்லாம் விவாதிக்கலாம். ஆனால் அவரின் எண்ணங்களையும் செயல் திறன்களையும் அன்றைய சூழல், மக்கள் ஆகியவற்றுடன் பொருத்திக் காணுதல் வேண்டும். அவரை விமர்சிப்பதோ அல்லது பின்னாளில் குறை காண்பதோ எளிது. ஆனால் ஒரு சில தசாப்தங்களுக்குள்ளாக அவர் நிறைவேற்றிக் காட்டியவை பிரமிப்பை அளிப்பவை. அறிவியல் ஆய்வுகளை ஒருங்கிணைப்பதில் அவரது வரலாற்றுச் சிறப்பு மிக்க தலைமைப் பொறுப்பு, அவரது உத்வேகமான செயல்பாடுகள் போன்றவை நமது நாட்டிற்குப் புகழ் சேர்ப்பவையாகவே அமைந்தன. தனக்கு மட்டுமின்றி நாட்டுக்கே பெருமை சேர்க்கக்கூடிய அவரின் அரிய செயல்கள் இன்றும் இளம் அறிவியல் மாணவர்களுக்கு உந்துதலாக விளங்குகின்றன. உதக மண்டலத்திலுள்ள விண்ணொலி விண்ணியல் மையம் அல்லது விண்கதிர் உணர் நிலையம் அல்லது புதிதாகக் கட்டப்பட்டுள்ள லடாக்கின் ஹான்லேயில் நமது விஞ்ஞானிகளால் உருவாக்கப்பட்ட காம்மா கதிர் தொலைநோக்கி போன்றவற்றைக் காண்கையிலும், இவையெல்லாம் ஒற்றை மனிதரின் கனவால் தோன்றியவை என எண்ணுகையில் பிரமிப்பு ஏற்படுவது நிச்சயம்.

இந்திய அரசானது பாபாவின் புகழைப் பறைசாற்றும் வண்ணம் வெளியிட்ட முதல் நாள் அஞ்சல் அட்டையின் தபால் முத்திரை அவரது இயல்பைச் சுருக்கமாகக் கூறியிருக்கிறது. அந்த அட்டையில் அவர் அணு நகரம் அமைத்த டிராம்பேயைக் கண்டு யோசனையில் ஆழ்ந்திருப்பது போன்றும் அருகில் வண்ணம் தீட்ட உதவிடும் வண்ணப் பலகையும் அவரது உருவத்திற்குக் கீழ் பீதோவனின் ஒன்பதாவது ஒத்தின்னியம்

எனும் சிம்ஃபொனியின் 'Ode to Joy' குறியீடும் மிகப் பொருத்தமாக அமைந்துள்ளன.

உலகம் அறிந்த அறிவியல் மறுமலர்ச்சிக்கான அறிவியலாளர்களில் இவரே கடைசி எனலாம். துகள் பற்றிய கணிதக் கோட்பாடுகள், தனது நிறுவனக் கட்டிடங்களின் அழகிய வடிவமைப்புகள், இந்திய அறிவியல் ஆய்வுகளுக்கேற்ற மனோரம்மியமான சூழல் தன்மைகளென, தான் மனத்தில் உருவகித்த அனைத்தையும் அமைத்திருந்தார் பாபா. அவர் ஒருமுறை எழுதுகையில்: 'அழகுக் கலை, இசை, கவிதை போன்ற அனைத்திலும் நான் மனத்தில் கொண்டிருப்பது ஒரே ஒரு எண்ணமே! எனது இருப்பு, வாழ்தல் எனும் உள்ளுணர்வுகளின் இயல்புகளை மேம்படுத்திக்கொள்வதே அது' (A Gentleman of the Old School) அரிதான தனது அருஞ்செயல்களால் தனது குறிக்கோளின் வாசகத்தை பாபா நிறைவு செய்துவிட்டார் என்று சொல்லலாம்.

BIBLIOGRAPHY

'Dr. Homi Jahangir Bhabha and Jawaharlal Nehru, The architects of Atomic Energy Programme in India.' *Nuclear India* 43, 5-6 (Nov – Dec 2008): 11, http://www.dae.gov.in/node/sites/default/files/nidec08.pdf.

'Remembering Dr. Homi Bhabha,the physicist.' Bhabha Atomic Research Centre (2009), http://www.barc.gov.in/ publication/tb/bhabha.pdf.

Anderson, Robert. *Building Scienific Institutions in India: Saha and Bhabha.* Montreal: McGill University, 1975.

___. *Nucleus and Nation: Scientists, International Networks, and power in India.* Chicago: University of Chicago Press, 2010.

Benjamin, N. 'Industrialization of Bombay: Role of the Parsis and the Jews.' *Proceedings of the Indian History Congress* 61 (2000): 871-87.

Bhabha, H.J., 'The fundamental length introduced by the theory of the mesotron (meson).' *Nature* 143 (1939): 276 - 77.

Biswas, Sukumar. 'Early Years of High Energy Physics.' Current Science 60, no. 11(1991): 724.

Chowdhury, Indira, and Ananya Dasgupta. *A Masterful Spirit: Homi J. Bhabha.* Penguin Books, 2010.

Deshmukh, Chintamani. *Homi Jehangir Bhabha.* National Book Trust of India.

Ghosh, Dipan K., and Arun K. Grover, eds. *Tribute to a Titan: Birth Centenary of Homi Jahangir Bhabha.* Mumbai: Indian Physics Association, 2009.

Greenstein,George. 'A Gentleman of the Old School: Homi Bhabha and the Development of Science in India.' *The American Scholar* 61, no.3 (1992): 409 – 19.

Grover, R.B., and R.R. Puri. 'Development of human resources for Indian nuclear power programme'. *Sadhana (Indian Academy of Sciences)* 38, no. 5 (2013): 1051-64.

Joseph, George. *India's Journey towards Excellence in building Earth Observation Cameras.* Chennai: Notion Press, 2016.

Lal, Devendra. 'The discovery of cosmogenic ^{10}Be in India.' Current Science 60, no. 11 (1991): 722.

Morrison, Philip. 'Heaven and earth one substance: Bernard Peters and the heavy Primaries.' *Current Science* 61, no. 11 (1991): 740 – 44.

Mukhopadhyay, Atri. *Abinash Meghnad Saha* (Bengali). Kolkata: Anushtup, 2012.

Nehru, Jawaharlal. *An Autobiography.* Penguin India, 2004

Parthasarathy, K.S. 'remembering Homi Bhabha.' *Rediff News*, October 31, 2019, http://www.rediff.com/news/column remembering - homi - bhabha/ 20191030. htm.

Penney, Lord. 'Homi Jahangir Bhabha 1909 – 1966.' *Biographical Memoirs of Fellows of the Royal Society* 13 (Nov 1967) : 35-55.

Peters, Bernard. 'The Decade of my Association with Research in India.' *Current Science* 61, no. 11 (1991): 717.

Sarkar, Jayita. "'Wean them away from French tutelage': Franco – Indian nuclear relations and Anglo – American anxieties in the early Cold War, 1948 – 1952." *Cold War History* 15, no. 3 (2015): 375 – 394.

___. 'Sino – Indian Nuclar Rivalry: Glacially Declassified.' *The Diplomat* (June 2, 2017), http://thediplomat.com/2017/06/sino-indian-nuclear-rivalry-glacially-declassified/.

Shah, Amrita. *Vikram Sarabhai: A Life.* Penguin India, 2016.

Singh, Virendra. 'Bhabha's Contributions to Elementary Particle Physics and Cosmic Rays Research.' *Resonance* 14 (2009): 430 – 54.

Sreekantan, B.V. 'Homi Bhabha and cosmic ray research in India.' *Resonance* 3 (July 1998) : 18 – 27.

Swarup, Govind. 'From Potts Hill (Australia) to Pune (India): The Journey of a Radio Astronomer.' *Journal of Astronomical History and Heritage*, 9, no 1 (2006): 21 – 33.

Venkataraman, G. *Bhabha and his Magnificent Obsessions.* Hyderabad: Universities Press, 1994.

நன்றி

இந்த நூலை எழுதுவதற்குத் தேவையான நூல்களையும் தகவல் ஆதாரங்களையும் தந்துதவிய ராமன் ரிசர்ச் இன்ஸ்டிட்யூட் நூலகப் பணியாளர்களுக்கு என் நன்றி. பாபாவின் வாழ்க்கையின் மாறுபட்ட பரிமாணங்கள் பற்றியும் பாபாவுடனான தங்கள் உரையாடல்கள் பற்றியும் என்னிடம் பகிர்ந்துகொண்ட முகுல் குந்து, டி.கே. மேனன் போன்ற பலர் இந்நூலை உருவாக்க உதவிசெய்திருக்கிறார்கள். இவர்கள் அனைவருக்கும் என் நன்றி.

ஆசிரியர் பிற நூல்கள்

1. *The Story of Helium and the Birth of Astrophysics*
2. *Nothing is Blue*
3. *Solar System in Verse*
4. *The Dawn of the Universe*
5. *A Tattooed Fakir*
6. *Ashanta Mahibiswa* (in Bengali)
7. *Mahabiswer Prothom Alo* (in Bengali)
8. *Nakshetrer Gan.* (in Bengali)
9. *Nakshetra Sathe Kath Koi* (in Bengali)
10. *Prithibir Pran.* (in Bengali)